பூங்கொத்து

தமீமுல் அன்சாரி

ஏலே பதிப்பகம்

வெளியீடு:
ஏலே பதிப்பகம்
5/175, பாத்திமா நகர்,
கூத்தென்குழி,
திருநெல்வேலி – 627104
தொடர்புக்கு: 9944992571

Published By:
Aelay Publish
5/175, Fathima nagar,
Kuthenkuly,
Tirunelveli -627104
Phone: 9944992571

Design And Executed by

ISBN : 978-93-5533-197-7
Page : 78

முன்னுரை

வணக்கம்...

எனது பெயர் **தமீமுல் அன்சாரி**.

இது எனது மூன்றாவது பதிப்பகம்...

நாவல் ஆசியர்கள் பல ஜாம்பவான்கள் இருக்கிறார்கள். அவர்களின் எண்ணங்களும் சிந்தனைகளும் கதை படிப்பவர்களுக்கு மீண்டும் மீண்டும் படிக்க ஆர்வத்தை தூண்டும்...

அவர்களுக்கு மத்தியில் என்னுடைய இந்த படைப்புகள், என்னுடைய கற்பனைக்கும் சிந்தனைக்கும் ஏற்றவாறு அமைத்திருக்கிறேன்.

அதன் அமைப்பில் தன் வாழ்க்கையில் நிகழும் ஒரு சில சம்பவங்கள், நம் எதிர்காலத்தையே புரட்டி போட்டுவிடும். அதனால் நம் வாழ்வில் ஏற்படும் மாற்றங்கள், வாழ்க்கையை வாழவே பிடிக்காத அளவிற்கு நம் எண்ணங்களை சிதறடிக்கும். அதன் விளைவால் நாம் எடுக்கப்போகும் முடிவு எப்படியிருக்கும் என்பதை, அன்பின் மையமாக கொண்டு, பல கற்பனைகளை இணைத்து இக்கதை "பூங்கொத்து" படைக்கப்பட்டுள்ளது...

என் கற்பனையை என்னோடு சேர்ந்து படிக்க வாருங்கள்.....

பூங்கொத்து

பூங்கொத்து

விடியற்காலை பொழுது, செங்கதிர் வானத்தின் வெளிச்சம் படர்ந்திருக்க...

ஒரு மெல்லிய கொழுசொலி சத்தம் கேட்டது....

பூக்கள் நிறைந்த கூடை ஒன்று, ஆடி அசைந்து சென்றது.

பின் கொசுவ முறையில் கண்டாங்கி சேலை அணிந்து ஒரு பெண், பூக்கூடையை தலையில் ஏந்தியபடி பூ சந்தையில் நடந்து சென்றாள்.

ஒரு இடத்தில் நின்று, அந்த பூக்கூடையை மெல்ல கீழே இறக்கி வைத்துவிட்டு, சுற்றும் முற்றும் பார்த்தாள் அப்பெண்மணி.

அவளை போன்றே நிறைய பூ வியாபாரிகள் சிலர், பூக்கள் விற்க சந்தைக்கு வந்திருந்தனர்.

அவளின் அருகில் இன்னொரு பெண்ணும் பூக்களை ஒரு கட்டையின் மேல் வைத்து விற்பனைக்கு தயாராக இருந்தாள்.

சூரியனின் வெளிச்சம் மெல்ல மெல்ல அதிகரித்தது....

மக்களின் கூட்டமும் சந்தையில் கொஞ்சம் கொஞ்சமாக பெறுக ஆரம்பித்தது.

அப்பெண்மணி, அவளது கூடையில் இருந்து கட்டிய பூக்களை எடுத்து, அருகில் இருந்த மேசையில் அழகளகான வட்டங்களாய் பூக்களை சுருட்டி வைத்து...

ஒரு டம்பளர் தண்ணீரை எடுத்து, தன் உள்ளங்கையில் ஊற்றி.. மேசையின் மீது வட்ட வட்டமாக அடுக்கி வைத்திருந்த பூக்களின் மேல் மெல்ல தண்ணீரை தெளித்தாள்.

"மல்லி பூ... ஜாதி பூ.... " என பூக்களின் பெயர்களை தன் அழகிய குரலில் கூவி கூவி விற்க ஆரம்பித்தாள் அப்பெண்மணி.

அப்பெண்மணியின் அழகிய குரல் கேட்டு மயங்கிய ஒருவன் அங்கு வந்து,

"ஒரு முழம் மல்லி பூ எவ்வளவு...?" என்று கேட்டான்.

"மற்றவர்களிடம் வாங்கினால் ஒரு முழம் 10 ரூபாய்... என்னிடம் வாங்கினால் முழம் 8 ரூபாய்.." என்றாள் அப்பெண்மணி.

அப்பெண்மணி போன்றே அருகில் பூக்கடை வைத்திருந்த இன்னொரு பெண்மணி அதை கேட்டு, சட்டென திரும்பி பார்த்தாள்.

பூ வாங்க வந்தவன், "அடேங்கப்பா... ரொம்ப மலிவுதான்... மூன்று முழம் மல்லிகை பூ கொடு..." என்றான் அவன்.

"என்னையா...? உன் பொண்டாட்டிக்கு வாங்கிட்டு போறியா...? இல்ல வேற யாருக்காவது வாங்கிட்டு போறியா...?" என்று கேட்டாள் அப்பெண்மணி.

"என்னம்மா இப்படி கேட்டுபுட்ட... என் பொண்டாட்டிக்கு தான் வாங்கிட்டு போறேன்..." என்றான் அவன்.

"அப்புறம் ஏன் மூன்று முழம் வாங்குற.. நல்லா, தாராளமா ஐந்து முழம் வாங்கிட்டு போ..." என்றாள் அப்பெண்மணி.

"அது சரி, நல்லாவே வியாபாரம் பண்ணுற... சரி..சரி.. ஐந்து முழம் பூவே கொடு..." என்றான் அவன்.

அப்பெண்ணும் சிரித்து கொண்டே, ஐந்து முழம் பூவை எடுத்து, கத்தரித்து கொடுத்தாள்.

காசை வாங்கிய பின் அப்பெண், அவனை பார்த்து, "சரி, உன் பொண்டாட்டிக்கு வாங்கிட்ட, உன் அம்மாவுக்கு வாங்கவில்லையா...?" என்று கேட்டாள்.

"அம்மா..! சாமி..! ஆள விடு... என் அம்மா வெளியூர் போயிருக்காங்க... நா கிளம்புறேன்... விட்டால் இருக்குற காசுக்கு பூக்களையே வாங்க வச்சுருவாள் போல..." என்று புலம்பியபடி அலறி அடித்து கொண்டு அங்கிருந்து ஓடினான் அவன்.

இதை பார்த்து சிரித்த வண்ணம் இருந்தாள் அப்பெண்.

பக்கத்தில் அவளை போன்றே பூக்கடை போட்டிருந்த பெண்மணி அங்கு வந்து,

"ஏன்டி மலர்விழி... இப்படி பேசி பேசியே எல்லா பூவையும் விற்றுடுவிடுகிறாய்... எங்களுக்கும் அந்த வித்தையை சொல்லி கொடு..." என்றாள்.

"பத்மா... அதுக்கெல்லாம் ஒரு முகராசி வேணும்டி..." என்று கூறி சிரித்தாள் மலர்விழி.

"ம்ம்.. எங்க முகத்துக்கு என்ன குறைச்சல்.." என்று கூறிக்கொண்டு பத்மாவும் கூறிவிட்டு சென்றாள்.

நேரமும் கடந்தது...

பூக்கலெல்லாம் விற்றுவிட்டு மலர்விழியும், பத்மாவும் அங்கிருந்து கிளம்பினர்.

அப்போது எதிரில் ஒரு லாரி வந்து நின்றது.

இருவரும் அந்த லாரியை பார்த்துக்கொண்டிருக்க, அந்த லாரியிலிருந்து டிப் டாப்பாக ஆடை அணிந்த ஒருவன் இறங்கினான்.

அந்த லாரி முழுதும் தளவாட சாமாங்களாக இருந்தது.

"இடம் வந்துவிட்டது, சீக்கிரம் பொருட்களை எல்லாம் இறக்குங்கள்..." என்றான்அந்த லாரியில் இருந்து இறங்கியவன்.

இதை மலர்விழியும், பத்மாவும் கவனித்துவிட்டு ஒருவரை ஒருவர் பார்த்துக்கொண்டனர்.

மலர்விழி, லாரியில் இருந்து இறங்கியவன் அருகே சென்று,

"சார்... சார்..." என்று கூப்பிட்டாள்.

அவளை திரும்பி பார்த்த அவன், ஒரு கணம் அசையாமல் நின்றான்.

"நீங்கள் யார்...?, இங்கு என்ன செய்கிறீர்கள்...?" என்று கேட்டாள் மலர்விழி.

அவளின் அழகை கண்டு மெய்மறந்து நின்றான் அவன்.

"ஹலோ... சார்... என்ன ஆச்சு..?" என்று கூறியபடி மலர்விழி தன் கைகளை அசைக்க,

எதிரில் நின்றவன், தன் கண்களை சிமிட்டியபடி,

"மன்னிச்சுறுங்க... என் பெயர் கண்ணன். நான் இங்கு ஒரு பொக்கே ஷாப் ஒன்றை நிருவபோகிறேன். அதற்குண்டான தளவாட பொருட்களை வாங்கி வந்து, என் கடையின் முன் இறக்கி கொண்டிருக்கிறேன்..." என்றான்.

அதை கேட்ட மலர்விழி,

"பொக்கே ஷாப் என்றால்..?" என்று மலர்விழி கேட்க,

"பொக்கே ஷாப் என்றால், ம்ம்... பூங்கொத்து விற்கும் கடை.." என்றான் கண்ணன்.

"அப்படியென்றால் பூக்கடை தானே..?" என்று கூறிவிட்டு அருகில் இருந்த பத்மாவை பார்த்தாள் மலர்விழி.

கண்ணன் கொஞ்சம் யோசித்துவிட்டு,

"ம்ம்.. அப்படியும் கூறலாம்.." என்றான்.

"பேசாம வாடி... போயிரலாம்.." என்றாள் அருகில் இருந்த பத்மா.

"சற்று பொறு.." என்று கூறிவிட்டு,

கண்ணனை பார்த்த மலர்விழி...

"பூக்கடையா..! எங்களுக்கு ஒரு தகவலும் கிடக்கவில்லையே...!" என்றாள் மலர்விழி.

"உங்களுக்கு ஏன் தகவல் தெரிய வேண்டும்...?" என்று கேட்டான் கண்ணன்.

"வாடி.. போகலாம்..." என்று கூறியபடி பத்மா ஒரு பக்கம் மலர்விழியின் கையை பிடித்து இழுக்க...

மலர்விழி, பத்மாவின் சொல்லுக்கு இனங்காமல், கண்ணனை பார்த்து..

"பிறகு என்ன எங்களுக்கு போட்டியாக நீ ஒரு கடையை திறக்க போகிறாய்.. அதற்கு முதலில் எங்களிடம் அனுமதி வாங்க வேண்டும் அல்லவா..." என்று கூறினாள் மலர்விழி.

அதற்கு பதில் ஏதும் கூறாமல் மெல்ல நகைத்தான் கண்ணன்.

பத்மா சற்று அருகில்வந்து,

"ஏய், வாடி... போய்விடலாம். நமக்கு ஏன் வம்பு..." என்றாள்.

"சும்மா இரு... உனக்கு ஒன்றும் தெரியாது..." என்று கூறிய மலர்விழி, கண்ணனை நோக்கி முறைத்தவாரு,

"என்ன நான் கூறிக்கொண்டே இருக்கிறேன், நீ சிரித்துகொண்டே இருக்கிறாய்...?" என்று கேட்டாள் மலர்விழி.

அதை கேட்ட கண்ணன்,

"அது ஒன்றுமில்லை, பூக்கடை என்பது நீங்கள் விற்பது போல் பூக்களை மட்டும் விற்பது அல்ல... பூக்களை மொத்தமாக வாங்கி, அதை அழகாக வடிவமைத்து, ஒரு பூங்கொத்தாக செய்து விற்று விடுவோம். அதை நீங்கள், உங்களுக்கு பிடித்தவர்களுக்கு பரிசு பொருட்களாகவோ, அல்லது வீட்டில் அழகுக்காகவோ வாங்கிக்கொள்ளலாம்... அந்த கடையை தான் இங்கு நிருவபோகிறேன்" என்றான் கண்ணன்.

இதை கேட்டு பத்மா "கலுக்.." என்று சிரிக்க,

மலர்விழி, பத்மாவை நோக்கி, "என்ன சிரிப்பு..?" என்று கேட்டுவிட்டு,

ஒரு மாதிரி சமாலித்தவாரு கண்ணனை நோக்கி,

"அது... எனக்கு தெரியும்... இருப்பினும் ஒரு தெளிவு வேண்டும் என்பதற்காக கேட்டேன்..." என்றாள் மலர்விழி.

கண்ணனும், அவள் சமாலிப்பதை அறிந்து சரி என்று தலை அசைத்தான்.

"சரி நாங்க வர்றோம்.." என்று கூறிவிட்டு மலர்விழி மற்றும் பத்மா இருவரும் செல்ல,

சட்டென மலர்விழி நின்று, திரும்பி கண்ணனை பார்த்தாள்.

கண்ணன், மலர்விழியை பார்த்தவண்ணம் நிற்க...

வேகமாக கண்ணனை நோக்கி வந்தாள் மலர்விழி.

"ஆமாம்.. இந்த பூச்செண்டுகள் செய்ய, நிறைய பூக்கள் தேவைப்படும் தானே.." என்று மலர்விழி கேட்க,

"ஆமாம்.." என்றான் கண்ணன்.

"அந்த பூக்கள் எல்லாம், எங்கு வாங்குவீர்கள்...?" என்று மலர்விழி கேட்டாள்.

சற்று யோசித்த கண்ணன்,

"இதுவரை அதுபற்றி எந்த யோசனையும் இல்லை..." என்றான் கண்ணன்.

உடனே மலர்விழி, கண்ணனை பார்த்து "அப்படியென்றால் ஒன்று செய்யுங்கள்... பூக்கலெல்லாம் என்னிடமே வாங்கிக்கொள்ளுங்கள்..." என்றாள் மலர்விழி.

"அப்படியா.. நீங்கள் மொத்தமாக பூக்கள் வாங்கி விற்பவரா...?" என்று கேட்டான் கண்ணன்.

"ஆமாம், சரி.. சரி.. உங்களுக்கு முதலில் எவ்வளவு பூக்கள் வேண்டும்...?, எந்தெந்த பூக்கள் வேண்டும் சொல்லுங்கள்..?" என்று கேட்டாள் மலர்விழி.

"பொறுங்கள்.. பொறுங்கள்... இப்பொழுதுதான் கடையை தயார் செய்து கொண்டிருக்கிறேன்... நாளை உங்களுக்கு தகவல் தருகிறேன்..." என்றான் கண்ணன்.

"அப்படியா... சரி சரி... இன்னொரு விஷயம் என்னை தவிர வேறு யாரிடமும் பூக்கள் வாங்க கூடாது... புரிகிறதா...?" என்று கூறினாள் மலர்விழி.

கண்ணனும் சிறு நகைத்தவாரு, "சரி... உங்களிடமே பூக்களை கொள்முதல் செய்கிறேன்...." என்றான்.

"நல்லது.. நான் வருகிறேன்..." என்று கூறிவிட்டு அங்கிருந்து நகர்ந்தாள் மலர்விழி.

"மலர்விழி...! ஒரு நிமிடம்..." என்று கண்ணன் கூப்பிட...

மலர்விழி சட்டென திரும்பி நின்று,

"ம்ம்... கூறுங்கள்..." என்றாள்.

"இல்லை பூக்களெல்லாம் உன்னிடம் கொள்முதல் செய்ய போகிறேன் அல்லவா... நாளை உன்னை எப்படி தொடர்பு கொள்வது... உன்னிடம் ஃபோன் எதுவும் இருக்கிறதா..?, இருந்தால் உன் நம்பரை கொடு..." என்று கேட்டான் கண்ணன்.

"ஏய்.. கொடுக்காதடி....." என்றாள் அருகில் நின்ற பத்மா.

"அட சும்மா இருடி...." என்று கூறிவிட்டு, கண்ணனிடம் தன்னுடைய ஃபோன் நம்பரை கொடுத்தாள் மலர்விழி.

பிறகு அங்கிருந்து மலர்விழி மற்றும் பத்மா இருவரும் கிளம்பி சென்றனர்.

அப்பொழுது மலர்விழி சட்டென நின்று திரும்பி, கண்ணனிடம் ஏதோ கூற நினைத்தால், பிறகு வேண்டாம் என்று மனதிற்குள் நினைத்துக்கொண்டு, அங்கிருந்து திரும்பி சென்றுவிட்டாள் மலர்விழி.

கண்ணனும் திரும்பி, பொருட்களை இறக்குவதை கவனித்து கொண்டிருந்தான்.

மலர்விழி, கண்ணனை கவனித்ததை அருகில் இருந்த பத்மாவும் கவனித்திருந்தாள்.

"என்னாச்சு..?" என்று கேட்டாள் பத்மா.

"இல்லை, நான் அவரிடம் பேசும்போது என் பெயரை எதுவும் கூறினேனா...?" என்று கேட்டாள் மலர்விழி.

"தெரியலயே.." என்று பத்மா கூற,

மலர்விழி திரும்பி கண்ணனை பார்த்தாள்.

சற்று யோசித்த பத்மா,

"அதெல்லாம் சொல்லியிருப்ப.... நீ தான் பேச ஆரம்பித்தால், பேசிக்கொண்டே இருப்பாயே...!" என்று கூறினாள் பத்மா.

மலர்விழியும் ஒருவேளை நாம் கூறியிருப்போம் என்று நினைத்து கொண்டு, அங்கிருந்து இருவரும் கிளம்பினர்.

மறுநாள் காலை அதேபோல் பூ சந்தைக்கு வியாபாரம் செய்ய மலர்விழி வந்தாள்.

கண்ணனும், அவன் கடை திறப்பதற்கு தேவையான வேலைகளை செய்து கொண்டிருந்தான்.

அப்பொழுது மலர்விழி வேகமாக அவனிடம் வந்து,

"ஆமாம்.. உங்களுக்கு எந்த பூ வேண்டும்...? எவ்வளவு வேண்டும்...?" என்று கேட்டாள் மலர்விழி.

கண்ணன் சற்று திகைத்தவாரு, "ஏன் கேட்கிறாய்...?" என்று கேட்டான்.

"இல்லை இப்பொழுதே கூறினாள் தானே நான் உங்களுக்காக வெளியூருக்கு சென்று பூக்களெல்லாம் வாங்கிவர முடியும்...." என்றாள் மலர்விழி.

"நீங்கள் எதற்கு எனக்காக வாங்கிவர வேண்டும்...."என்று கேட்டான் கண்ணன்.

"நல்ல கதையாய் போயிற்று... நேற்றுதானே என்னிடம் பூக்களை கொள்முதல் செய்வதாக கூறினீர்கள்... அதற்குள் மறந்துவிட்டீர்களா...?" என்றாள் மலர்விழி.

"ஓ.. ஆமாம்.. ஆமாம்..." என்று தலையை ஆட்டினான் கண்ணன்.

"ம்... சரி.. கூறு என்ன பூ வேண்டும்..?, எவ்வளவு வேண்டும்...?" என்றாள் மலர்விழி.

கண்ணன் சற்று யோசித்துவிட்டு,

"சிகப்பு ரோஜா 200, வெள்ளை ரோஜா 100, மஞ்சள் ரோஜா 100... கடை ஆரம்பத்திற்கு இது போதும்..., பிறகு விற்பனையை பொறுத்து அடுத்தடுத்த கொள்முதலில் பூக்கள் வாங்குவது பற்றி கூறுகிறேன்" என்று கூறினான் கண்ணன்.

"ம்... சரி, எழுதி கொண்டேன்... நாளை காலை பூக்கள் வந்துவிடும்...." என்றாள் மலர்விழி.

மேலும் மலர்விழி, கண்ணனின் தோளினை தட்டிக்கொடுத்து "விற்பனையை பற்றி கவலைப்படாதீங்க.. அதெல்லாம் நீங்கள் நினைத்தது போலவே நல்லவிதமாக நடக்கும்... அதற்கு நான் உறுதியளிக்கிறேன்.." என்றாள் மலர்விழி.

மலர்விழி இவ்வாறு கூறியது கண்ணனுக்கு மிகவும் பிடித்திருந்தது...

கண்ணன் புன்னகைத்தபடி, தோல் மீது இருந்த பூங்கோதையின் கையை பார்த்துவிட்டு "நான் நினைத்தது போல் நடந்துவிட்டால்... அதைவிட பேரின்பம் எனக்கேது..." என்று கூறி மலர்விழியின் முகத்தை பார்த்தான்.

அதை கண்ட மலர்விழியும், கண்ணனின் தோல் மீது இருந்த தன் கையை சட்டென எடுத்துக்கொண்டாள்.

"அது சரி... பூக்களுக்கு எவ்வளவு பணம் வேண்டும்...?" என்று கேட்டான் கண்ணன்.

"பொருளை வாங்கிக்கொண்டு, அதன் பிறகு பணம் கொடுங்கள்..." என்றாள் மலர்விழி.

அதற்கு கண்ணன் பதில் ஏதும் கூறாமல், ஒரு தயக்கத்துடன் மலர்விழியை பார்த்து கொண்டிருந்தான்.

மலர்விழி அருகே வந்து, "கவலைப்படாதீங்க.. அதிக பணம் வாங்க மாட்டேன்... உனக்கு சலுகையும் உண்டு..." என்று சிரித்து கொண்டே கண்ணனின் தோலில் மீண்டும் தட்டி கொடுத்துவிட்டு சென்றாள்.

இதை கண்டு கண்ணனும் சற்று புன்னகைத்தான்.

மலர்விழியும் சிரித்து கொண்டே, கடையின் மேலே கட்டப்பட்டிருந்த பெயர் பலகையை பார்த்தாள்.

அதில் "கனகா பூங்கொத்து நிலையம்" என்று எழுதப்பட்டிருந்தது.

அதை பார்த்துவிட்டு, "ஆமாம்..! கனகா என்பது யார்..?" என்று கேட்டாள் மலர்விழி.

அவனும் அந்த பெயர் பலகையை பார்த்துவிட்டு, "என்னை என் அம்மாவிற்கு ரொம்ப பிடிக்கும், எனக்கு என் அம்மாவை ரொம்ப பிடிக்கும்... அதனால் என் அம்மாவின் பெயரயே இந்த கடைக்கு பெயராக வைத்துவிட்டேன்..." என்றான் கண்ணன்.

அதை கேட்ட மலர்விழியின் முகம் சற்று வாடியது.

"உங்களுக்கு, உங்க அம்மா என்றால் ரொம்ப பிடிக்குமா...?"என்று சற்று சோகத்துடன் கேட்டாள் மலர்விழி.

இதுவரை கலகலப்பாக பேசிய மலர்விழியின் கண்கள் கலங்குவதை கண்டான் கண்ணன்.

"ஏன்...? என்னவாயிற்று...?" என்று கண்ணன் கேட்க,

"ஒன்றுமில்லை..." என்று கூறிவிட்டு, கண்களை துடைத்துக்கொண்டே அங்கிருந்து சென்றாள் மலர்விழி. அதைக்கண்டு கண்ணனுக்கும் சற்று மன வருத்தம் ஆனது.

அன்று மாலை நேரத்தில் மலர்விழியுடன் சேர்ந்து பூக்கள் விற்கும் பத்மாவை சென்று சந்தித்தான் கண்ணன்.

"வாயா... உனக்காகத்தான் மதுரை வரை போயிருக்கிறாள் மலர்விழி... நாளை உனக்கு தேவையான பூக்கள் எல்லாம் வந்துவிடும்.." என்றாள் பத்மா.

"நான் அதற்காக வரவில்லை..." என்றான் கண்ணன்.

"பிறகு எதற்காக வந்தாய்..?" என்று கேட்டாள் பத்மா.

"இன்று காலை மலர்விழியுடன் பேசிக்கொண்டிருக்கும் போது என் அம்மாவை பற்றி பேசினேன்... அதை கேட்டதும் எதுவும் சொல்லாமல் உடனே அங்கிருந்து சென்றுவிட்டாள்... ஏன் என்று தெரியவில்லை... அவள் செல்லும்போது முகம் கூட

சற்று வாட்டமாக இருந்தது... அதான் உன்னிடம் அவளை பற்றி தெரிந்துகொள்ளலாம் என்று வந்தேன்..." என்றான் கண்ணன்.

அதை கேட்டு பத்மா, சற்று நேரம் அமைதியானாள்.

அதை கண்ட கண்ணன்,

"சரி... உனக்கு கூற விருப்பமில்லை என்றால், வேண்டாம்.." என்று கூறி அங்கிருந்து கிளம்ப எண்ணினான்.

"சற்று இரு.." என்றாள் பத்மா.

கண்ணனும் நிற்க,

பிறகு மலர்விழியை பற்றி சொல்ல தொடங்கினாள் பத்மா.

"மலர்விழிக்கு, தன் அம்மா மீது ரொம்பவே அளவுகடந்த பாசம் வைத்திருந்தாள். அவளுடைய அம்மா ரொம்பவே கஷ்டப்பட்டு அவளை வளர்த்தார்கள். பூக்கள் வியாபாரம் தான் அவர்களுக்கு தொழில்... ஆனால், மலர்விழியின் அப்பா சரியான குடிகாரர். தினமும் குடித்துவிட்டு வந்து வீட்டில் சண்டை போடுவது, மாலை நேரம் சந்தையில் வியாபாரம் செய்து கொண்டிருக்கும் போது, மலர்விழியின் அம்மாவிடம் வந்து காசை பிடிங்கி செல்வது போன்ற கொடுமையான செயல்களை செய்வார்.

மலர்விழி 7ம் வகுப்பு படித்து கொண்டிருந்தாள்.

ஒரு நாள் மலர்விழி பள்ளிக்கூடம் முடிந்து வீட்டுக்கு வந்து கொண்டிருந்தாள்.

அந்த வழியில் தான் அந்த பூ சந்தையும் உள்ளது.

அந்த மாலை நேரம் மலர்விழியின் அப்பா, பூ சந்தையில் மலர்விழியின் அம்மாவுடன் தகராறு செய்து கொண்டிருந்தார். அதே நேரம் மலர்விழியும் பள்ளிக்கூடம் விட்டு வீடு திரும்பி கொண்டிருந்தாள்.

ஒருகட்டத்தில் மலர்விழியின் அப்பா, மலர்விழியின் அம்மாவை அடித்து, கழுத்தில் இருந்த தாலியை கழட்டி கொண்டு சென்றார்.

பின்னாடியே மலர்விழியின் அம்மா ஓடிச்செல்ல, முன்னே சென்று கொண்டிருந்த மலர்விழியின் அப்பாவிற்கு திடீரென வலிப்பு வந்தது.

கீழே விழுந்து வலிப்பால் துடித்து கொண்டிருந்தார் மலர்விழியின் அப்பா... அதேசமயம் அந்த பாதையில் ஒரு லாரி தன் கட்டுப்பாட்டை இழந்து வர,

மலர்விழியின் அம்மாவிற்கு என்ன செய்வதென்று தெரியவில்லை...

லாரி அருகே வந்துவிட்டது, அந்த சமயம் மலர்விழியின் அம்மா முன்னே ஓடி வந்து மலர்விழியின் அப்பாவை ஓரமாக தள்ளிவிட்டார்... அந்த சமயம் அங்கு வேகமாக வந்த லாரி, மலர்விழியின் அம்மா மீது மோத, பறந்து சென்று கீழே விழுந்து படுகாயமடைந்தார் மலர்விழியின் அம்மா.

இவை அனைத்தும் அந்த வழியே வந்து கொண்டிருந்த மலர்விழியின் கண் முன்னே நடந்தது.

ஒரு பக்கம் அப்பா வலிப்புடன் துடிக்க, மற்றொரு பக்கம் லாரி மோதி படுகாயமடைந்த அம்மா... கதிகலங்கி போனாள் மலர்விழி.

ஒருவழியாக இருவரும் மருத்துவமனையில் சேர்க்கப்பட்டனர்.

அப்பா உயிர் பிழைத்து கொண்டார். ஆனால் மலர்விழியின் அம்மாவிற்கு தலையில் பலத்த காயம் ஏற்பட்டதால், உயிரை காப்பாற்ற முடியவில்லை...

மலர்விழியின் அம்மா உயிரிழந்தார்.

மலர்விழியின் அம்மா இறப்பதற்கு தன் அப்பா தான் காரணம் என்பதால்,

மலர்விழி தன் அப்பாவை வெறுக்க ஆரம்பித்தாள். அதனால் அப்பாவுடன் வாழாமல், தனிமையில் வாழ்ந்து வருகிறாள் மலர்விழி..." என்று கூறி முடித்தாள் பத்மா.

இதை கேட்டதும் கண்கலங்கி போனான் கண்ணன்.

மறுநாள் விடிய காலை 5 மணி..

கண்ணன் நன்றாக உறங்கி கொண்டிருந்தான். திடீரென அவன் ஃபோன் அடித்தது. சட்டென தூக்கத்தில் இருந்து எழுந்து, ஃபோனை எடுத்து பேசினான்.

அந்த பக்கம் மலர்விழி பேசினாள்.

"நான் மலர்விழி பேசுறேன், நீங்க சொன்ன பூக்கள் அனைத்தும் வந்து விட்டது.. சீக்கிரம் உங்க கடை அருகே வாருங்கள்..." என்றாள் மலர்விழி.

கண்ணனும் சரி என்று கூறிவிட்டு கடைக்கு சென்றான்:

அங்கு பூக்கள் மூட்டைகளுடன் மலர்விழி ஒரு ஓரமாக அமர்ந்திருந்தாள்.

கண்ணன், மலர்விழி அமர்ந்திருந்த அழகை ரசித்து கொண்டே வந்தான்.

அருகே வந்தவுடன், "ஏன் இவ்வளவு நேரம்.." என்று கூறிக்கொண்டே,

"உங்களுடைய பூக்கள் அனைத்தும் சரியாக இருக்கிறதா என்று பார்த்துக்கொள்ளுங்கள்..." என்று கூறிவிட்டு அங்கிருந்து கிளம்ப தயாரானாள் மலர்விழி.

"ஒரு நிமிஷம்..." என்றான் கண்ணன்.

"என்ன..?" என்று மலர்விழி கேட்க,

"ஒரு டீ சாப்பிடலாமா..?" என்று கேட்டான் கண்ணன்.

மலர்விழியும் சற்று யோசித்துவிட்டு,

"சரி வாருங்கள்..." என்று கூறிவிட்டு, இருவரும் அருகில் இருந்த டீ கடைக்கு சென்றனர்.

டீயை வாங்கி குடித்து கொண்டிருக்கும் போது, மலர்விழி டீ குடிப்பதை பார்த்து கொண்டே இருந்தான் கண்ணன்.

சட்டென மலர்விழி, கண்ணனை பார்க்க அவன் எங்கோ பார்த்தான்.

இவ்வாறு சில நேரம் சென்றது.

பிறகு அங்கிருந்து மலர்விழி செல்லும் போது மீண்டும் "மலர்விழி... ஒரு நிமிஷம்..." என்றான்.

மீண்டும் மலர்விழி என்னவென்று கேட்க,

"நாளை கடை திறப்பு விழா.. நீ கண்டிப்பாக வரவேண்டும்...." என்றான் கண்ணன்.

மலர்விழியும் சிறு புன்னகைத்தவாறே "ம்.. சரி... வருகிறேன்.."என்று கூறிவிட்டு அங்கிருந்து சென்றாள்.

மறுநாள் கடை திறப்பு விழா...

ரொம்ப பிரம்மாண்டமாய் கடை திறப்பு விழாவை நிகழ்த்தினான் கண்ணன். அங்கு மலர்விழியும் இருந்தாள்.

அங்கு கண்ணனுடைய அம்மா வருகை தந்தார். கண்ணன் ஓடிச்சென்று தன் அம்மாவை வரவேற்றான்.

உடன் இருந்தவர்களும் உற்சாகத்துடன் வரவேற்றனர்.

அனைவரும் கடையின் முன்பு நிற்க,

கண்ணன், தன் அம்மாவின் கையில் ஒரு கத்தரிக்கோலை கொடுத்து...

"அம்மா... கடையை திறந்து வையுங்கள்.." என்று கூறினான்.

அம்மாவும் புன்னகையோடு, அந்த கத்தரிக்கோலை வாங்கி... கடையின் வாசலில் கட்டப்பட்டிருந்த தொடக்க ரிப்பனை வெட்டினார்.

சுற்றியிருந்தவர்கள் ஆரவாரத்துடன் கைத்தட்டி, கடை திறப்புவிழா ஆரம்பித்து வைத்தனர்.

சற்று பின்னால் நின்ற மலர்விழி, அவளின் அருகே நின்ற பத்மாவிடம் "பார்த்தியாடி... மத்தவங்களெல்லாம் ஒரு சில பிரபலங்கள் போன்றவர்களை அழைத்து, கடையை திறக்க சொல்லுவாங்க... ஆனால் கண்ணன், இந்த காலத்திலும் பெற்ற தாய்க்கு மதிப்பும் மரியாதையும் கொடுத்து., அவர்களுடைய கையால் கடையை திறந்து வைத்திருக்கிறார்... பெற்ற தாய்க்கு, தன் வாழ்வில் இதைவிட ஆனந்தம் வேறென்ன இருக்க முடியும்..." என்று கூறி தன் மகிழ்ச்சியை தெரிவித்தாள் மலர்விழி.

அருகில் இருந்த பத்மாவும் அதை கேட்டுக்கொண்டாள்.

அனைவரும் கடைக்குள் சென்றவுடன் மையத்தில் இருந்த குத்துவிளக்கை ஏற்ற அனைவரும் ஒன்றுகூடி நின்றனர்.

அப்போது கண்ணன், அவனுடைய அம்மாவின் அருகில் வந்து... காதில் ஏதோ முணுமுணுக்க, அருகில் நின்ற மலர்விழியை நோக்கினார் கண்ணனுடைய அம்மா.

மலர்விழியை நோக்கி கையசைத்து,

"இங்கு வா..." என்று கூறினார் கண்ணனின் அம்மா.

மலர்விழிக்கு ஆச்சரியம்...

"என்னையா அழைத்தீர்கள்...!" என்பது போல் மலர்விழி சந்தேகிக்க...

"ஆமாம்... நீதான் இங்கு வா..." என்றார் கண்ணனின் அம்மா.

மலர்விழி, அருகில் நின்ற கண்ணனை பார்க்க...

"போ..." என்பது போல் கண்களால் ஜாடை காட்டினான் கண்ணன்.

மலர்விழியும் மெல்ல தயங்கி அருகில் வர, "நீதான் இந்த விளக்கை ஏற்ற வேண்டும்..." என்று கூறிய கண்ணனின் அம்மா, கையில் இருந்த மெழுகுவர்த்தியை கொடுத்தார்.

"நா.. எப்படி.. அதெல்லாம் வேண்டாம்.." என்று சொல்லி தயங்கினாள் மலர்விழி.

பிறகு கண்ணனும், அவனுடைய அம்மாவும் மீண்டும் மீண்டும் கூற, மலர்விழியும் ஒப்புகொண்டு அந்த மெழுகுவர்த்தியை வாங்கி குத்துவிளக்கை ஏற்றினாள்.

சுற்றியிருந்த அனைவரும் ஆரவாரத்துடன் கைத்தட்டி, மகிழ்ச்சியை பகிர்ந்தனர்.

கண்ணனுக்கும், அவனுடைய அம்மாவிற்கும் அதில் மிகுந்த மகிழ்ச்சியாக இருந்தது.

அதை கண்ட மலர்விழி, தன் மனதிற்குள் புதிதாக ஒரு சில மாறுதல்கள் ஏற்பட்டது போல் உணர்ந்தாள்.

தனக்கு புதிதாக ஒரு சொந்தம் கிடைத்தது போல் தோன்றியது.

கண்ணனின் அம்மா, மலர்விழியை அனைத்து நெற்றியில் முத்தமிட்டார்...

அந்த உணர்ச்சியின் வெளிப்பாட்டாய் மலர்விழி, கண்ணனின் அம்மாவிடம் ஆசிர்வாதம் பெற்றுக்கொண்டார்.

இதை கண்டு கண்ணன் பெருமகிழ்ச்சி கொண்டான்.

கண்ணனின் அம்மா, மலர்விழியுடன் உரையாடுவது.. கண்ணன், மலர்விழியை நல்ல முறையில் கவனித்து கொள்வது என மலர்விழியை அன்பு மழையில் நனைந்துபோக வைத்தனர்.

அன்றிரவு மலர்விழி இதுவரை கண்டிராத ஆனந்தம் தன் வாழ்வில் கிடைத்தது போல் உணர்ந்தாள்.

பிறகு மலர்விழி வீட்டுக்கு செல்ல, கண்ணனும் உடன் சென்றான்.

"என்ன மலர்விழி... நிகழ்ச்சி எப்படி இருந்தது...?" என்று கேட்டான் கண்ணன்.

"என் வாழ்நாளில் இப்படி ஒரு சந்தோசத்தை நான் கண்டதில்லை... எனக்கு புது உறவுகள் கிடைத்தது போல் தோன்றுகிறது..." என கூறி ஆனந்தத்தில் கண்ணீர் விட்டாள் பூங்கோதை.

அதை கண்ட கண்ணன், அவளை நிறுத்தி..

அவளுடைய கண்களில் இருந்து வெளிவந்த கண்ணீரை, தன் கரங்களை கொண்டு துடைத்தான் கண்ணன்.

"ஏன் அழுகிறாய்..? இனிமேல் நீ சந்தோசத்துடன் இருக்கணும்... உன்னுடைய அம்மா உன்னை எப்படி பார்த்துக்கொள்வார்களோ.., அதைவிட நூறு மடங்கு உன்னை நான் பார்த்துக்கொள்வேன்..." என்று சட்டென மனதில் இருந்த விஷயத்தை கூறினான் கண்ணன்.

அதை கேட்ட மலர்விழி, தன் கண்களை துடித்துக்கொண்டிருந்த கண்ணனின் கைகளை பிடித்து நிறுத்தினாள்.

கண்ணனின் கண்களில் உள்ள உண்மையையும், உணர்வுகளையும் அவள் கண்டாள்....

இருப்பினும் அவள் மனதிற்குள் ஏற்பட்ட ஒரு தயக்கம், அவளை தடுத்தது...

சட்டென விலகி, இரண்டடி பின்னே சென்றாள் மலர்விழி.

அதை கண்ட கண்ணன் சிறு தயக்கத்துடன்,

"மலர்விழி... என் மனதில் இருப்பதை எப்படி சொல்வதென்று எனக்கு தெரியல... உன்னை பார்த்ததும் என்னிடம் சில மாறுதல்களை நான் உணர்ந்தேன்.. உன்னை பற்றிய விவரங்களை பத்மா மூலம் தெரிந்துகொண்டேன்.. அந்த நிமிடத்தில் இருந்து நீ உன் வாழ்க்கையில் இழந்த சந்தோசத்தை திரும்ப உனக்கு கொடுக்கணும்னு ஆசைப்படுறேன்...

உன்னுடன் சேர்ந்து..." என்று கூறினான் கண்ணன்.

மலர்விழி, எதுவும் பேசாமல் அமைதியுடன் மெல்ல நடந்து சென்றாள். அவளை தொடர்ந்து கூடவே கண்ணனும் அமைதியுடன் சென்றான்.

மலர்விழியின் வீடும் வந்தது...

அந்நேரம் ஒரு பெரியவர், மலர்விழி வீட்டின் முன் அமர்ந்திருந்தார்.

அவர் பார்பதற்கு கட்டம் போட்ட சட்டை, மூக்கு கண்ணாடி, தோலில் ஒரு பையை மாட்டியபடி இருந்தார்.

அவரை கண்டதும் மலர்விழி, அப்படியே உறைந்து போய் நின்றாள்.

மலர்விழியின் கண்கள் கோபத்தில் சிவந்தது.

அவரை கண்ட மலர்விழி கோபத்துடன் வந்து, " உனக்கு எத்தனைமுறை சொல்வது இங்கு வர கூடாது என்று.. உனக்கு புரியாதா..? போ... இங்கிருந்து.." என்று கூறி அந்த பெரியவரை திட்டினாள்.

அந்த பெரியவரும் எதுவும் பேசாமல் அங்கிருந்து கிளம்பி சென்றார்.

கண்ணனுக்கு ஒரே ஆச்சரியம், "என்னடா இது நம்முடன் இவ்வளவு சாந்தமாக வந்த இந்த பொண்ணு, அந்த பெரியவரை பார்த்து இப்படி கடுமையாக பேசுகிறாள்.." என்று எண்ணிக் கொண்டு,

"ஆமாம்.. இவர் யார்...?" என்று தயக்கத்துடன் கேட்டான் கண்ணன்.

திரும்பி கண்ணனை பார்த்த மலர்விழி,

எதுவும் நடக்காதது போல்,

"அதை விடுங்க... நீங்க சொன்னதெல்லாம் சரி... என்னை உங்க கடை திறப்பு விழாவுக்கு அழைத்ததற்கு மிக்க நன்றி..." என்று கூறினாள் மலர்விழி.

சற்று சந்தேகத்துடன் பார்த்த கண்ணன்,

"நான் தான் உனக்கு நன்றி சொல்ல வேண்டும்... நீ தானே எனக்கு பூக்கள் வாங்கி கொடுத்து உதவினாய்... ரொம்ப நன்றி..." என்று கூறினான் கண்ணன்.

"ம்ம்.. சரி சரி.." என்று கூறினாள் மலர்விழி.

பிறகு கண்ணன், மெல்ல தயங்கியவாறு,

"நான் அப்பொழுது கூறியதற்கு பதில் இன்னும் எதுவும் சொல்லல..." என்று கூறினான்.

"அதான் சொன்னேனே..." என்றாள் மலர்விழி.

கண்ணனுக்கு ஒன்றும் புரியவில்லை... எப்பொழுது சொன்னாள் என்று நினைத்துக்கொண்டு...

"எப்போ சொன்னீங்க..?" என்று கேட்டான் கண்ணன்.

"இந்த வாங்க போங்க என்றெல்லாம் இனிமே சொல்லகூடாது... எதுவாக இருந்தாலும் பெயர் சொல்லியே கூப்பிடுங்க..." என்றாள் மலர்விழி.

"ஏங்க விளையாடாதீங்க, நான் என்ன சொல்றேன்... நீ என்ன...!" என்று சொல்லி அப்படியே அதிர்ச்சியானான் கண்ணன்.

மலர்விழியின் முகத்தில் ஒரு சில மாறுதல்களை கண்டான் கண்ணன்.

அவளுடைய சம்மதத்தை கண்களின் மூலம் வெளிப்படுத்தியது கண்ணனுக்கு புரிந்தது...

அதை உணர்ந்த கண்ணன், மிகுந்த ஆனந்தம் கொண்டான்.

சந்தோசத்தில் விண்ணுக்கும் மண்ணுக்கும் குதித்தான் கண்ணன்.

அதை கண்ட மலர்விழி, புன்னகையுடன்

"சரி போதும்... சீக்கிரம் போய் தூங்குங்க..." என்று சொல்லி வீட்டிற்குள் சென்று கதவை தாளிட்டு கொண்டாள் மலர்விழி.

மிகுந்த ஆனந்தம் கொண்ட கண்ணன் "சரி நாளை சந்திப்போம்.." என்று கூறிவிட்டு அங்கிருந்து புறப்பட்டு சென்றான்.

இவ்வாறு சில நாட்கள் சென்றன...

கண்ணன் மற்றும் மலர்விழி இவர்களின் இடையேயான அன்பு நாளுக்கு நாள் அதிகமானது...

ஒரு நாள் கண்ணன் தன்னுடைய கடையில் இருக்கும் பூங்கொத்துக்களை கணக்கிட்டுக்கொண்டிருந்தான்.

அப்பொழுது கடைக்கு வெளியில் "கண்ணா.. கண்ணா.." என்று யாரோ அழைப்பது போல் இருந்தது.

யார் என்று பார்க்க கடைக்கு வெளியே வந்தான் கண்ணன்.

அங்கு நின்றவனை பார்த்துவிட்டு, ஒரு கணம் உறைந்து போனான் கண்ணன். சந்தோசப்படுவதா.. துக்கப்படுவதா... என்று எண்ணிக்கொண்டு இருந்தான் கண்ணன்.

"என்னடா பாக்குற, உன் ஆருயிர் நண்பன் செல்வா வந்திருக்கிறேன்... பேசாமல் திகைத்து போய் நிற்கிற..." என்றான்.

"அது ஒன்றுமில்லை செல்வா... திடீரென்று வந்துவிட்டாய் அல்லவா... அதான், உள்ளே வா பேசுவோம்..." என்று கூறி கடைக்குள் அழைத்து சென்றான் கண்ணன்.

"ஆமாம், வேலை விஷயமாக மும்பை போனியே..! என்ன ஆச்சு...?" என்று கேட்டான் கண்ணன்.

"போன வேலை முடிந்தது, அதான் திரும்ப வந்துவிட்டேன்..." என்றான் செல்வா.

"வேலை முடிந்தது, திரும்ப வந்துட்டியா..? என்னடா சொல்ற..?" என்று கேட்டான் கண்ணன்.

"நான் போனது ஒரு சின்ன கட்டிட வேலை... அது முடிஞ்சுருச்சு, திரும்ப அனுப்பிட்டாங்க.." என்றான் செல்வா.

"அப்படியென்றால் இப்போ உனக்கு வேலை இல்லையா..?" என்று கேட்டான் கண்ணன்.

"ஆமாம்.. சரி அது இருக்கட்டும், நீ எப்போ இந்த ஊருக்கு வந்தாய்... அதுவும் பூங்கொத்து கடை வச்சிருக்க...?, எல்லாத்தையும்விட அதை என்னிடம் ஏன் சொல்லவே இல்லை..?" என்று அடுக்கடுக்காக கேள்விகளை கேட்டான் செல்வா.

அதை சமாளிப்பது போன்று,

"ஆமாம், கேட்கவேண்டும் என்றிருந்தேன்.. நான் இங்கிருப்பதை யார் உனக்கு கூறியது...?" என்று கேட்டான் கண்ணன்.

"வேறு யாரு, நம்ம சோழு தான் சொன்னான்.." என்றான் செல்வா.

"சோழு வா..!" என்று கண்ணன் ஆச்சரியப்பட,

"அதான்டா... எங்க அப்பன்..." என்றான் செல்வா.

"டேய், அதுக்குன்னு உங்க அப்பாவை பெயர் சொல்லியா கூப்பிடுவ..." என்றான் கண்ணன்.

"நான் எப்பவுமே அந்த ஆள அப்படித்தான் கூப்பிடுவேன்.. என்னமோ புதுசா சொல்ற.." என்றான் செல்வா.

அதை கேட்டு சற்று நேரம் அமைதியாக இருந்தான் கண்ணன்.

அவ்வப்போது நேரத்தையும், வெளியில் வாசலையும் பார்த்தபடி கொஞ்சம் பதாட்டமானான் கண்ணன்.

அதை கவனித்த செல்வா,

"டேய், நானும் வந்ததில் இருந்து பார்கிறேன்.. உன் முழியே சரியில்லை.. என்னவாயிற்று உனக்கு...?" என்று கேட்டான் செல்வா.

"இல்லை.. ஒன்றுமில்லை..." என்றான் கண்ணன்.

நேரம் மாலை 4 மணி ஆனது, மலர்விழி வருகின்ற நேரம்.. என்று அறிந்து,

"சரி செல்வா, வா வீட்டுக்கு போவோம்..." என்றான் கண்ணன்.

"ஏன்டா.. கடைய மூடுற, இரவு மூடிக்கொள்ளலாமே..?" என்று கூறினான் செல்வா.

"கடை இரவுதான் மூடுவேன்.. நீ வேற வெளியூர்ல இருந்து வந்துருக்க, வீட்டுக்கு கிளம்பு.." என்றான் கண்ணன்.

"ஏன்டா.. நான் வீட்டுக்கு போய் என்ன பண்ண போறேன், இங்கேயே இருந்து கடைய ரெண்டு பேரும் மூடிட்டு.. ஒன்னாவே போவோம்.." என்றான் செல்வா.

"டேய், நீ ரொம்ப நேரம் பயணம் செஞ்சு வந்திருப்ப, வீட்டுக்கு போய் ஓய்வெடு.." என்றான் கண்ணன்.

"நான் வரும்போது வீட்டுக்கு போயிட்டுதான், இங்கு வந்தேன்.. அதனால் ஒன்னும் பிரச்சனை இல்லை.." என்றான் செல்வா.

"உனக்கு பிரச்சனை இல்லை, எனக்கு தான் பிரச்சனை... சீக்கிரம் கிளம்பு..." என்றான் கண்ணன்.

"ஏன் இப்படி இவன் விரட்டுகிறான்.." என்று சிந்தித்து கொண்டே அங்கிருந்து கிளம்பினான் செல்வா.

அப்படி கடையில் இருந்து வீட்டுக்கு செல்லும் தருணம், அவனுக்கு நேர் எதிரில் மலர்விழி நடந்து வந்தாள்.

அவளை பார்த்த செல்வா, சட்டென ஆச்சரியப்பட்டு நின்றான்.

மலர்விழி மெல்ல செல்வாவை கடந்து சென்றாள்.

"இவள் எப்படி இங்கு..!" என்று நினைத்துக்கொண்டே திரும்பி கடந்து சென்ற மலர்விழியை பார்த்தான் செல்வா.

மலர்விழி, அவனை கவனிக்கவில்லை.. நேரே சென்ற வண்ணம் இருந்தாள்.

சற்று யோசித்த செல்வா,

உடனே மலர்விழியை பின்தொடர ஆரம்பித்தான்.

மலர்விழி நேரே கண்ணனின் நடத்திவரும் பூங்கொத்து நிலையத்திற்குள் செல்வதை கண்டான் செல்வா.

அது செல்வாவிற்கு மேலும் ஆச்சரியப்படும்படி இருந்தது.

"அடப்பாவி.. இதற்கு தான் அவ்வளவு அவசரமாக என்னை துரத்தினாயா...?" என்று மனதிற்குள் எண்ணி புலம்பினான் செல்வா.

பிறகு சிறிது நேரம் கழித்து அவள் வெளியே வந்தாள்.

அதுவரை வெளியில் காத்திருந்த செல்வா, வெளியே வந்த மலர்விழியை தடுத்து,

"நீ எப்படி இங்கு..?" என்று கேட்டான்.

அதற்கு மலர்விழி, செல்வாவை பார்த்து "நீங்கள் யார்..? எனக்கு நீங்கள் யார் என்று தெரியவில்லையே.." என்றாள் மலர்விழி.

அதை கேட்ட செல்வாவிற்கு சற்று குழப்பமாக இருந்தது...

"இவள் நம்மை குழப்பி, திசைதிருப்ப பார்க்கிறாள்..." என்று எண்ணி,

"நான் யார் என்பது இருக்கட்டும், நீ எப்படி கண்ணனுடன் இங்கு இருக்கிறாய்...?, உனக்கும் கண்ணனுக்கும் என்ன தொடர்பு...?" என்று பதற்றத்துடனும், கோபத்துடனும் கேட்டான் செல்வா.

"வார்த்தையை அளந்து பேசுங்கள்..." என்று கோபித்தாள் மலர்விழி, மேலும் "எங்களுக்குள் என்னவாக இருந்தால் உங்களுக்கு என்ன..?, நான் ஏன் உங்களிடம் கூற வேண்டும்...? முதலில் நீங்கள் யார் .?" என்று கேட்டு பதிலுக்கு மலர்விழியும் கோபித்தாள்.

இவ்வாறு இவர்கள் இருவரும் பேசிக்கொண்டிருக்கும் சத்தம், கடைக்குள் இருந்த கண்ணனுக்கு கேட்க, வெளியில் வந்து பார்த்தான் கண்ணன்.

"அய்யய்யோ... இது என்ன வம்பா போச்சு..." என்று நினைத்து கொண்டு கடையில் இருந்து வெளியே ஓடிவந்தான் கண்ணன்.

வேகமாக வந்து, "பொறுங்கள்.. பொறுங்கள்... மலர்விழி, இது என் நண்பன் செல்வா..." என்று கூறி அறிமுகம் செய்தான் கண்ணன்.

மேலும், "செல்வா, இது மலர்விழி... இவள்தான் எனக்கு வியாபாரம் செய்ய பூக்கள் வாங்கி கொடுக்கிறாள்..." என்று இருவருக்கும் விளக்கம் கொடுத்தான்.

"நண்பராக இருந்தால், வாய்க்கு வந்தபடி பேசுவதா... நான் உங்களுடன் பேசுவதால், இவர் ஏன் இவ்வளவு கோபப்படுகிறார்..." என்றாள் மலர்விழி.

"அது ஒன்றுமில்லை, இதுவரை என்னுடன் எந்த பெண்ணும் அதிகமாக பேசியதில்லை, அதான் அவனுக்கு காண்டு.... ஒன்றும் பிரச்சனை இல்லை, நான் உன்னை பற்றி அவன்கிட்ட சொல்றேன்... நீ பார்த்து பத்திரமா வீட்டுக்கு கிளம்பு..." என்றான் கண்ணன்.

அதன் பின் மலர்விழி சற்று கோபத்துடன் அங்கிருந்து சென்றாள்.

செல்வா நடந்த நிகழ்வை பார்த்து, பிரம்மை பிடித்தவன் போல் நின்று கொண்டிருந்தான்.

"டேய், என்னடா நடக்குது...? இவள் ஏன் இப்படி நடந்துகொள்கிறாள்..? நீ வேற ஏதோ காண்டுன்னு சொல்ற... என்னடா நடக்குது...?" என்று கேட்டான் செல்வா.

"முதல்ல அமைதியாக வாடா.. பிறகு எல்லாத்தையும் விவரித்து சொல்றேன்..." என்று கையை பிடித்து கடைக்குள் கூட்டி சென்றான் கண்ணன்.

இங்கு நடந்த எல்லாவற்றையும் பத்மா சற்று தூரத்தில் இருந்தவாறு கவனித்து கொண்டிருந்தாள்.

கண்ணன், இங்கு வந்து கடை திறந்ததில் இருந்து, மலர்விழி தனக்கு உதவி செய்தது, மலர்விழியின் வாழ்வில் நடந்தது அனைத்தையும் செல்வாவிடம் கூறினான்.

இவை எல்லாவற்றையும் கேட்டு திகைத்து போய் நின்றான் செல்வா.

"என்னடா எதுவும் பேசாமல் நிற்கிறாய்...?" என்று கண்ணன் கேட்க.

"நீ உன் காதலை அவளிடம் சொல்லிவிட்டாயா..?" என்று கேட்டான் செல்வா.

"ம்ம்.. சொல்லிட்டேன், அவளும் என்னை மனப்பூர்வமாக விரும்புகிறாள்..." என்றான் கண்ணன்.

மேலும் கண்ணன், செல்வாவின் அருகில் வந்து கைகளை பிடித்து, "எனக்கு நடந்த விஷயத்தை யாரிடமும் சொல்லிவிடாதே..." என்று கேட்டுக்கொண்டான்.

"ம்.. அது சரி, இதை நான் வந்தவுடனேயே சொல்ல வேண்டியதுதானே... ஏன் என்னிடம் மறைத்துவிட்டாய்...?" என்று கேட்டான் செல்வா.

"இல்லை, நீ இங்கு வருவாய் என்றே நான் எதிர்பார்க்கவில்லை, மேலும் நீ அவளை கண்டால் ஏதும் தவறாகிவிடுமோ என்று எண்ணி உன்னிடம் சொல்லவில்லை..." என்றான் கண்ணன்.

"நான் என்னடா செய்ய போகிறேன்... உனக்கு ஒரு நல்லவிஷயம் நடந்தால், அதில் எனக்கு பங்கில்லையா... சரி அதை விடு, அதெல்லாம் முடிந்த விஷயம்... நீ சந்தோசமா இருந்தால் சரி..." என்றான் செல்வா.

"சரி... நீ வீட்டுக்கு சென்று ஓய்வெடு.. மற்றதை நாளை பார்த்துக்கொள்வோம்.." என்றான் கண்ணன்.

மறுநாள் காலை, எப்பவும் போல் பூக்களை கொடுக்க மலர்விழி வந்தாள். ஆனால், பூக்களை வாங்கிக்கொள்ள கண்ணன் வரவில்லை... அவனுடைய நண்பன் செல்வா வந்திருந்தான்.

அவனை பார்த்ததும் மலர்விழியின் முகம் சற்று வாடியது.

செல்வா, மலர்விழியை பார்த்துவிட்டு

"ஆமாம், உன் முகம் ஏன் வாடியிருக்கிறது...?" என்று கேட்டான் செல்வா.

"ம்... ஒன்றுமில்லை, இரவு சரியான தூக்கம் இல்லை.. அதான்.." என்று சற்று வேண்டாவெறுப்பாக பதில் கூறினாள் மலர்விழி.

செல்வாவும் அதை கேட்டுவிட்டு, சரி என்று கூறிவிட்டு மௌனமாக இருந்தான்.

செல்வா, பூக்களை எடுத்து கொண்டு கடைக்கு வந்த பிறகு, கண்ணனை சந்தித்து

"டேய், உன்னிடம் மலர்விழி தனியாக பேச விரும்புகிறாள்... காலையில் பூக்களை வாங்க நீ வராததால் மலர்விழி வருத்தத்தில் இருக்கிறாள்..." என்றான் செல்வா.

"அப்படியா..?" என்று கண்ணன் கேட்க,

"போடா... போய் பேசு..." என்றான் செல்வா.

கண்ணனும் சென்று மலர்விழியை சந்தித்தான்.

மலர்விழி சற்று கோபமாக இருந்தாள்.

"ஏன் இந்த கோபம்... என்னவாயிற்று..?

பூக்களை எவனும் தர மறுத்துவிட்டானா..?" என்று கேட்டான் கண்ணன்.

"அதெல்லாம் ஒன்றுமில்லை, காலையில் ஏன் பூக்கள் வாங்க வரவில்லை...?" என்று கேட்டாள் மலர்விழி.

"சற்று தூங்கிவிட்டேன், அதான் நண்பனை போகச்சொன்னேன்..." என்றான் கண்ணன்.

"இனிமேல் இந்த சாக்குபோக்கு எல்லாம் சொல்ல கூடாது.. புரிகிறதா..?" என்று கூறினாள் மலர்விழி.

"சரிங்க எஜமானி.. இதை என் மேல் நீங்கள் கொண்ட அக்கறை என்று எடுத்துக்கொள்வதா..? இல்லை..." என்று புன்னகைத்தபடி கேட்டான் கண்ணன்.

மலர்விழி தான் கூறியதை எண்ணி வெட்கத்தில் தலை குனிந்தாள்....

பிறகு இருவரும் ஒருவருக்கொருவர் பார்த்து சிரித்துக்கொண்டனர்.

அதனை தொடர்ந்து கொஞ்ச நாட்கள் கண்ணன், மலர்விழி இருவருக்கும் இடையே காதல் மலர்ந்தது.

தன் அம்மாவிடம் கூறி திருமணத்திற்கு சம்மதம் பெற்றான் கண்ணன்.

கண்ணன், மலர்விழி இருவருக்கும் நிச்சயமும் நடந்தது.

கொஞ்ச நாட்கள் கழித்து, கண்ணனின் பூர்வீக நிலம் ஒன்று சொந்த ஊரான திருச்சியில் ஏலத்துக்கு வந்தது. அதை விற்று பணம் பெறுவதற்காக, கண்ணனும், அவனுடைய அம்மாவும் சொந்த ஊருக்கு புறப்பட்டு சென்றார்கள்.

பூங்கொத்து கடையை செல்வா பார்த்துக்கொண்டான்.

அன்று மாலை மலர்விழி, பத்மாவை சந்தையில் இருந்த வேலைகளை முடித்துவிட்டு.. கொஞ்சம் தாமதமாக அங்கிருந்து கிளம்பினார்கள்.

அப்பொழுது கண்ணனுடைய பூங்கொத்து கடையில் இருந்து ஒரு பெரியவர் வெளியே வந்தார்.

மலர்விழி அது யார் என்று கொஞ்சம் உண்ணித்து பார்க்க,

அவர் வேறுயாருமில்லை, முன்பு ஒருநாள் தன் வீட்டின் முன் இருந்த ஒரு பெரியவரை மலர்விழி திட்டி அனுப்பிய அதே பெரியவர் என்பது தெரியவந்தது.

அதனை கண்டதும் மலர்விழி கொதிக்கும் அனலாய் கோபம் கொண்டாள்.

அதே கோபத்துடன் நேரே பூங்கொத்து கடைக்குள் சென்று,

அங்கிருந்த செல்வாவை பார்த்து

"அந்த கிழவன் ஏன் இங்குவந்தான்...?" என்று கோபத்துடன் கேட்டாள் மலர்விழி.

மலர்விழியின் வருகையை எதிர்பார்க்காத செல்வா,

"மலர்விழி, என்ன ஆச்சு..? சற்று அமைதியாக இரு..." என்றான் செல்வா.

அப்போது அங்கிருந்த டேபிளின் மீது ஃபோட்டோ ஒன்று இருந்ததை எதேர்ச்சையாக கண்டாள் மலர்விழி.

அது மலர்விழியின் ஃபோட்டோ தான்.

"என்னடா இது...? நீ ஏன் என்னுடைய போட்டோவை வைத்திருக்கிறாய்...? இங்கே அந்த கிழவன் வேறு வந்து செல்கிறான்... என்ன நடக்கிறது இங்கு...?" என்று கூறி கோபத்தின் உச்சிக்கு செல்கிறாள் மலர்விழி.

கோபத்தில் அருகில் இருந்த பூங்கொத்துக்கள், பூந்தொட்டிகள் என அனைத்தையும் தள்ளிவிட்டு உடைத்தாள் மலர்விழி.

"மலர்விழி, உனக்கென்ன பைத்தியமா...? சொல்வதை கொஞ்சம் பொறுமையாக கேள்..." என்று கத்தினான் செல்வா.

"எல்லோரும் என்னை ஏமாற்றுகிறார்கள்... என்னை சுற்றி இருக்கும் ஒருத்தனும் நல்லவன் இல்லை.." என்று அழுதுகொண்டே அங்கிருந்து புறப்பட்டு சென்றாள் மலர்விழி.

"மலர்விழி... நான் சொல்வதை கேள்.." என்று கூறி செல்வா சற்று அருகில் வர..

"அங்கேயே நில்... பக்கத்தில் வராத..." என்று கூறிவிட்டு, அங்கிருந்து சென்றாள் மலர்விழி.

வெளியே நின்றுகொண்டிருந்த பத்மா, அவளை பார்த்து "என்னவாயிற்று ஏன் அழுகிறாய்..?"என்று கேட்டாள்.

கடையின் வெளியே வந்து நின்ற செல்வாவை திரும்பி பார்த்து முறைத்துவிட்டு

"இந்த உலகத்தில் எனக்கென்று யாரும் இல்லை என்பது மட்டும் தான் உண்மை.. எல்லோரும் என்னை ஏமாத்துறாங்க.." என்று கூறி கலங்கிய கண்களை துடைத்துக்கொண்டு அங்கிருந்து சென்றாள் மலர்விழி.

பத்மாவும் அவள் பின்னேயே சென்றாள்.

உடனே செல்வா, இங்கு நடந்த விஷயத்தை ஃபோனில் கண்ணனிடம் கூற, கண்ணன் பதட்டப்பட்டுக்கொண்டு அன்றிரவே கிளம்பி காரைக்குடி வந்தான்.

நேரே மலர்விழி வீட்டிற்கு சென்றான்.

கூடவே அந்த பெரியவரையும், செல்வாவையும் கூட்டி வந்தான்.

மலர்விழியின் வீட்டிற்கு சென்று பார்த்தால், அங்கு மலர்விழி இல்லை.

அருகே இருந்த பத்மா வீட்டில் சென்று விசாரித்தனர்.

"மலர்விழி எங்கே...?" என்று கண்ணன் கேட்க,

"அவள் வீட்டைவிட்டு சென்றுவிட்டாள்" என்றாள் பத்மா.

இதை கேட்டு கண்ணன், செல்வா மற்றும் அந்த பெரியவர் என அனைவரும் அதிர்ந்துபோயினர்.

"எங்கு சென்றாள்...?" என்று கண்ணன் பதட்டத்துடன் கேட்க,

"என்னிடம் எதுவுமே கூறவில்லை, நான் சொல்ல சொல்ல அழுதுகொண்டே அவளுடைய துணிமணிகளை எடுத்துகொண்டு சென்றுவிட்டாள்..." என்று கூறினாள் பத்மா.

"அவள் சென்று எவ்வளவு நேரம் ஆகிற்று...?" என்று கேட்டான் செல்வா.

"அவள் சென்று ரொம்ப நேரம் ஆகிவிட்டது... உங்கள் நண்பரிடம் சண்டை போட்டு வந்த கொஞ்ச நேரத்திலேயே, அவள் இங்கிருந்து சென்றுவிட்டாள்..." என்றாள் பத்மா.

இதை கேட்டு கண்ணன், என்னசெய்வதென்று தெரியாமல் பரிதாபமாக நின்றான்.

"கவலைகொள்ளதே, நாங்கள் தேடி கண்டுபிடிக்கிறோம்.." என்றான் செல்வா.

பேருந்து நிலையம், ரயில் நிலையம் என எல்லா இடங்களிலும் மலர்விழியை தேடினார்கள்.

கண்ணன் ஒரு பக்கம், செல்வா ஒரு பக்கம், பத்மா ஒரு பக்கம் என ஒரு இடம் விடாமல் தேடினார்கள்...

எங்கு தேடியும் கிடைக்கவில்லை.

பிறகு வேறுவழியில்லாமல் காவல் நிலையம் சென்று காணவில்லை என்று புகார் கொடுத்தான் கண்ணன்.

ஒரு வாரம் கழிந்தது... ஒரு காவல்துறை அதிகாரி ஒருவர் கண்ணனுக்கு ஃபோன் செய்தார்.

மலர்விழி ஊட்டியில் இருக்கிறாள் என்ற செய்தியை கூறினார்.

ஃபோனில் செய்தியை கேட்டதும், கண்ணன் நேரே சென்று கண்ணனின் அம்மா, செல்வா, அந்த பெரியவர், பத்மா

அனைவரையும் ஒரு காரில் கூட்டிக்கொண்டு ஊட்டிக்கு சென்றான்.

அங்கு ஒரு பெரிய உணவகத்தில் சமையல் வேலை செய்துவந்தாள் மலர்விழி.

அந்த உணவகத்தில் வேலையை முடித்துவிட்டு வீட்டுக்கு திரும்பி கொண்டிருந்தாள் மலர்விழி.

அப்பொழுது கண்ணன், அவனுடைய அம்மா, செல்வா, அந்த பெரியவர், பத்மா அனைவரும் மலர்விழியின் எதிரே வந்து நின்றனர்.

மலர்விழி அவர்களை கண்டு ஒரு நிமிடம் திகைத்துப்போய் நின்றாள்.

அனைவரும் மலர்விழியை பார்த்தபடி இருக்க...

கண்ணனின் அம்மா மெல்ல நடந்து, மலர்விழி அருகே சென்றார்.

யாரும் எதிர்பார்க்காத வகையில், "படார்" என மலர்விழியின் கண்ணத்தில் ஓங்கி ஒரு அறை விட்டார்.

அங்கிருந்த அனைவரும் அதைக்கண்டு அதிர்ந்துபோயினர்.

மலர்விழி தன் கண்ணத்தில் கை வைத்தவாறு, கண்ணீருடன் மெல்ல நிமிர்ந்து கண்ணனின் அம்மாவை பார்த்தாள்.

"என்னடி ஒரு பெண்ணுக்கு அவ்வளவு கோபம், சொந்தங்களை எல்லாம் விட்டு விலகி செல்லக்கூடிய அளவுக்கு கோபம் வந்துவிட்டதா..?" என்று கோபத்துடன் கேட்டார் கண்ணனின் அம்மா. அதற்கு பதில் ஏதும் கூறாமல் அமைதியாய் கண்களில் கண்ணீரோடு நின்றாள் மலர்விழி.

"நாங்களெல்லாம் யாருன்னு தெரியுமா உனக்கு..? இதோ இங்க நிற்கிறானே கண்ணன், இவன் உனக்காக என்னென்ன பண்ணிருக்கானு தெரியுமா..? பக்கத்தில் நிற்கிறாரே அந்த பெரியவர், உங்க அப்பா... அவர் உன் வாழ்க்கையை மாற்ற எவ்வளவு போராடுகிறார் என்று தெரியுமா உனக்கு...?" என்று கண்ணனின் அம்மா கேள்விகள் கேட்க...

மலர்விழி அதிர்ச்சியில் அங்கிருந்த கண்ணனையும், அருகில் நின்ற பெரியவரான தன் அப்பாவையும் பார்த்துக்கொண்டிருந்தாள்.

"மூன்று வருடங்களுக்கு முன்பு,

கண்ணன், திருச்சியில் மிகப்பெரிய பூந்தோட்டம் வைத்திருந்தான்.

சுற்றியுள்ள பல ஊர்களுக்கு கண்ணனின் தோட்டத்தில் இருந்துதான் பூக்கள் விற்பனைக்கு அனுப்பப்படும்.

அப்பொழுது அந்த பூந்தோட்டத்துக்கு, பூக்களை பற்றி ஆராய்ச்சி செய்ய சில கல்லூரி பெண்கள் சிலர் வந்தனர்.

அனைவரும் சென்று, பூந்தோட்டத்தின் உரிமையாளரான கண்ணனை சந்திக்க சென்றனர்.

அப்பொழுது தான் கண்ணன், வந்த பெண்களில் ஒருவளான ஹேமாவை சந்தித்தான்.

(வாசகர்களின் கவனித்திருக்காக, ஹேமா பார்பதற்கு அச்சு அசலாக மலர்விழி போன்றே இருப்பாள்) கண்ணனுக்கு, பார்த்த முதல் தருணமே, அவளிடம் தன் மனதை பறிகொடுத்தான்.

வந்திருந்த கல்லூரி பெண்களெல்லாம்,

கண்ணனை சந்தித்து பூக்கள் சம்மந்தமாக நிறைய கேள்விகள் கேட்டனர்.

"சார்... இங்கு மொத்தம் எத்தனை வகையான பூக்கள் உற்பத்தியாகின்றன.." என்றாள் ஒரு பெண்.

இன்னொரு பெண், "இந்த பூக்களையெல்லாம் எப்படி பராமரிப்பு செய்கிறீர்கள்.." என்றாள்.

ஆனால் கண்ணன், வந்திருந்த ஹேமாவையே பார்த்தவண்ணம் இருந்தான்.

ஹேமா ஒரு நோட்டை எடுத்து வைத்து, சில குறிப்புகளை எழுதி கொண்டிருந்தாள்.

கண்ணன், ஹேமா எழுதுவதை ரசித்து பார்த்துக்கொண்டிருந்தான்.

"என்ன சார்... கேள்வி கேட்டுகிட்டே இருக்கோம், பதில் எதுவும் சொல்லமாற்றீங்க...?" என்றாள் கூட்டத்தில் ஒரு பெண்.

அதை கேட்ட கண்ணன்,

"ஏன் அந்த பொண்ணு எதுவும் கேக்க மாட்டாங்களா...?" என்று ஹேமாவை கை நீட்டி கேட்டான் கண்ணன்.

அனைத்து பெண்களும் சட்டென ஹேமாவை பார்த்தான்.

அக்கணம் ஹேமாவிற்கு திடுக்கிட்டது...

"என்ன இது..? திடீரென நம்மை கை காட்டிவிட்டார்... எல்லோரும் நம்மலையே பார்க்குறாங்களே..!" என்று கொஞ்சம் சங்கூச்சப்பட்டாள் ஹேமா.

பிறகு வேறு வழியில்லாமல் ஹேமா,

கேள்விகளை கேட்க ஆரம்பித்தாள்.

"சார்… இந்த மாதிரி பூந்தோட்டம் அமைக்க உங்களுக்கு எப்படி யோசனை வந்தது…?" என்று கேட்டாள் ஹேமா.

"எனக்கு பொதுவாக பூக்கள் என்றால் மிகவும் பிடிக்கும்… நான் சிறுவயதில் இருந்தே இந்த பூக்களோடு தான் வளர்ந்தேன்…" என்று வார்த்தைகளை கொண்டு அளந்தான் கண்ணன்.

அதை கண்ட பக்கத்தில் இருந்த பெண்கள்,

"பாத்தியாடி… நம்ம கேள்வி கேட்டா சொல்ல மாட்டேங்குறாரு, ஹேமா கேட்டவுடன் சொல்றாரு.." என்று முணுமுணுத்தனர்.

கண்ணன், ஹேமாவை கவருவதற்காக தோட்டத்தில் இருக்கும் ஒவ்வொரு பூக்களையும் பற்றிய விவரங்களை கொடுத்தான்.

அப்படி பேசிக்கொண்டே ஹேமாவின் பெயர் போன்ற அனைத்து விவரங்களையும் கேட்டுக்கொண்டான் கண்ணன்.

பூக்கள் பற்றி அனைத்து விவரங்களையும் கேட்டறிந்த பின்னர்,

"ரொம்ப நன்றி சார்… எங்களுக்கு தேவையான விவரங்கள் கிடைத்தது…" என்று கூறினாள் ஹேமா.

"என்னங்க… இவ்ளோ தூரம் பேசி பழகிட்டு சார்னு கூப்புடுறீங்க… என்னை கண்ணன் என்று பெயர் சொல்லியே அழைக்கலாம்…" என்று அசடு வழிந்தான் கண்ணன்.

அதை புரிந்துகொண்ட ஹேமா மற்றும் கல்லூரி பெண்கள் அனைவரும் அங்கிருந்து விடைபெற்று கொண்டால் போதும் என்று எண்ணினார்கள்.

ஒருவழியாக அங்கிருந்து விடைபெற்று சென்றனர்.

ஹேமா செல்வதை மட்டும் பார்த்து சிரித்த வண்ணம் நின்றான் கண்ணன்.

இந்த விஷயங்கள் அனைத்தையும் தூரத்தில் இருந்து செல்வாவும் பார்த்தவண்ணம் இருந்தான்.

அனைவரும் சென்ற பிறகு அங்கு வந்த செல்வா,

"டேய்... ஏன்டா இப்படி நடந்துகிட்ட..." என்று கண்ணனை பார்த்து கேட்டான்.

"நான் என்ன நடந்துகிட்டேன்..." என்று பதிலுக்கு கண்ணன் கேட்க,

"வந்த பொண்ணுங்க எல்லாரிடமும் ஒரே மாதிரி நடந்துக்க வேண்டியது தானே...

ஏன் அந்த ஒரு பொண்ணு மட்டும் தான் உன் கண்ணுக்கு தெரிஞ்சாளா..?" என்று கேட்டான் செல்வா.

"இதோ பார் செல்வா... எனக்கு அந்த பொண்ணுகிட்ட மட்டும் தான் பேச புடிச்சது... அதான் பேசினேன்.." என்றான் கண்ணன்.

"அப்படினா... என்ன அந்த பொண்ண காதலிக்கிறியா...?" என்று செல்வா கேட்க...

அதை கேட்ட கண்ணன், ஒரு கணம் அப்படியே நின்றான்...

பிறகு செல்வாவை பார்த்து, "ஆமாம்... அதுக்கு இப்போ என்ன..? அந்த பொண்ணை பார்த்தவுடன் எனக்கு ரொம்ப பிடிச்சிருந்தது... அதான் பேசினேன்... முடிந்தால் காதலிக்கவும் செய்வேன் .." என்று கூறினான் கண்ணன்.

அதை கேட்ட செல்வா, கண்ணனை பார்த்தவாரே பின்னால் இரண்டடி எடுத்துவைத்தான்.

"இவன் ஏன் இதுக்கு இப்படி ஷாக் ஆகுறான்..." என்று எண்ணி கண்ணன், செல்வாவை பார்க்க...

செல்வா, கண்ணனுக்கு பின்னால் பார்த்தான்.

"நமக்கு பின்னால் என்ன இருக்கு...!" என்று எண்ணி கண்ணன் திரும்பி பார்க்க....

அடுத்த கணம் கண்ணனின் இரு விழிகளும் பிதுங்கி வெளியே விழுவது போல் இமைகள் விரிந்தன....

அங்கு தலை குனிந்து, வாடிய முகத்துடன் ஹேமா வந்து நின்றாள்.

கண்ணன், செல்வா இருவரும் அதிர்ச்சியில் உறைந்து போய் நிற்க...

ஹேமா எதுவும் பேசமுடியாமல், அங்கு அவள் மறந்து விட்டுவிட்டு போன தன்னுடைய பேக்கை எடுத்துக்கொண்டு அமைதியுடன் அங்கிருந்து சென்றாள்.

ஹேமா சென்றவுடன்,

"அடச்சே... ஏண்டா இப்போ வந்து காரியத்தையே கெடுத்துட்ட..." என்று செல்வாவிடம் கோபித்தான் கண்ணன்.

"ஆமாம்... இதெல்லாம் நடக்கும்னு எனக்கு முன்னாடியே தெரியும் பாரு...

போடா... போய் அவகிட்ட எதாவது பேசி சமாளி..." என்றான் செல்வா.

கண்ணன் சற்று அமைதியுடன் அங்கிருந்த சேரில் உட்கார்ந்தான்.

"ஏண்டா... போய் பேசுடா..." என்றான் செல்வா.

"என்ன பேச சொல்ற.... அடுத்தமுறை அவளை சந்திக்கும் வாய்ப்பு கிடைத்தால் என் மனசுல இருக்கிறத சொல்லலாம்னு நினைச்சேன்... அதை உன்கிட்ட இப்போ வெளிப்படையா சொன்னேன்... ஆனால் நிலைமை இப்படி அமையும் என்று நான் கொஞ்சம் கூட நினைக்கல..." என்றான் கண்ணன்.

அதை கேட்ட செல்வாவும் அமைதியாக நின்றான்.

அடுத்த நாள் கண்ணன், ஹேமா படிக்கும் கல்லூரிக்கு சென்று, அந்த கல்லூரிக்கு எதிரில் உள்ள ஒரு ஹோட்டலில் நின்று...

ஹேமாவின் வருகைக்காக காத்திருந்தான்.

கல்லூரி முடிய கூடிய நேரமும் வந்தது, கல்லூரி பெண்களெல்லாம் ஒவ்வொருவராக வெளியில் வந்தனர்.

ஹேமா கல்லூரியின் கேட்டை நெருங்க, அவளுடைய தோழி "அங்க பாருடி... உன்னோட தோட்டக்காரன் வந்துருக்காண்டி..." என்று கூறி நகைத்தாள்.

"தோட்டக்காரனா..!" என்று கூறி ஹேமா, எதிரில் பார்க்க...

சற்று தூரத்தில் கண்ணன் நின்றுகொண்டிருந்தான்.

ஹேமா பார்த்ததை, கண்ணனும் பார்த்தான்.

"கண்ணன் பார்த்துவிட்டான்..." என்று எண்ணி சட்டென தயங்கி நின்றாள் ஹேமா.

அருகில் இருந்த தோழியின் கையை பிடித்து இழுத்து நிறுத்தினாள்.

"என்னடி...?" என்று தோழி கேட்க,

"அவன்கிட்ட மாட்டாம போறதுக்கு எதாச்சும் யோசனை சொல்லு..." என்று கேட்டாள் ஹேமா.

"இது என்னடி வம்பா போச்சு…" என்று கூறிய தோழி, சற்று யோசித்துவிட்டு…

"சரி… என் தோள் மீது கையைப்போட்டுகிட்டு என் கூடவே வா…" என்று தோழி கூறினாள்.

அதன்படி இருவரும் நடந்து செல்ல…

தோழி, கண்ணனை முறைத்து பார்த்துக்கொண்டு சென்றாள்.

அதை கண்ட கண்ணன், தன் உடைகளை சரிசெய்து கொண்டு நேரே ஹேமாவை நோக்கி வந்தான்.

இதை எதிர்ப்பார்க்காத ஹேமாவின் தோழி, தோள் மீது இருந்த ஹேமாவின் கையை எடுத்துவிட்டு வேகமாக அங்கிருந்து ஓடினாள்.

"ஏய்.. ஏய்..! நில்லுடி…" என்று ஹேமா கத்த, திரும்பிபார்க்காமல் ஓடிச்சென்றாள் தோழி.

கண்ணன், ஹேமா அருகில் வந்து நிற்க…

ஹேமா சற்று தயங்கியபடி திரும்பி நின்றாள்.

"நேற்று நான் பேசியது உங்க மனச காயப்படுத்தி இருந்தால், மன்னிச்சுருங்க…. என் மனசுல இருந்ததை சொன்னேன்… அது உண்மை தான்… உங்களுக்கு விருப்பமில்லை என்றால் நான் வற்புறுத்தமாட்டேன்…

இதை உங்ககிட்ட சொல்லனும்ன்னு தோணுச்சு… சொல்லிட்டேன் அவ்வளவுதான்… நான் வருகிறேன்…" என்று கூறிவிட்டு அங்கிருந்து சென்றான் கண்ணன்.

கண்ணன் இவ்வாறு கூறுவான் என்று எதிர்ப்பார்க்காத ஹேமா, அதை கேட்டு வியந்து போனாள்.

கண்ணன் செல்வதை பார்த்தவண்ணம் இருந்தாள்.

இப்படியே இரண்டு, மூன்று நாட்கள் சென்றது.

ஒரு நாள் பூந்தோட்டத்தில் கண்ணன், பரபரப்புடன் வேலை பார்த்துக்கொண்டிருந்தான்...

அப்போது கண்ணனுடைய ஃபோன் அடித்தது... உடனே ஃபோனை எடுத்து பேசினான்.

"சொல்லுங்க என்ன விஷயம்..." என்று கேட்டான் கண்ணன்.

அதற்கு அந்த பக்கத்தில் இருந்து பதில் எதுவும் வராமல் அமைதியாக இருந்தது.

பதில் வராததை உணர்ந்த கண்ணன்,

"ஹலோ... யாருங்க பேசுறது...?" என்று கேட்டான்.

அதற்கும் பதில் எதுவும் சொல்லாமல் ஃபோன் கால் கட் ஆனது.

"யாருன்னு தெரியல... வேலை அதிகமா இருக்கும் நேரத்தில் தான் இந்த மாதிரி ஃபோன் கால் எல்லாம் வரும்..." என்று புலம்பியபடி வேலைகளை பார்த்துக்கொண்டிருந்தான் கண்ணன்.

கொஞ்ச நேரம் கழித்து,

மீண்டும் அதே நம்பரில் இருந்து ஃபோன் கால் வந்தது.

கண்ணன் அதை பார்த்துவிட்டு, ஃபோனை எடுத்து "ஹலோ... யாரு...?" என்று கேட்க,

அந்த பக்கத்திலிருந்து பதில் வராமல் அமைதியாகவே இருந்தது...

கொஞ்சம் கோபமடைந்த கண்ணன்,

"ஏங்க ஃபோன் பண்ணிட்டு ஏன் பேசாமல் இருக்கீங்க...? யாருங்க பேசுறது..?" என்று மீண்டும் கண்ணன் கேட்க,

அந்த பக்கம் லேசாக தொண்டையை சரிசெய்துகொள்வது சத்தம் கேட்டது...

அதை கேட்ட கண்ணன், சட்டென அமைதியாக உன்னித்து பதிலை எதிர்நோக்கி காத்திருந்தான். ஆனால்,

சட்டென ஃபோன் கட் ஆனது.... கண்ணனுக்கு கோபம் அனலாய் வெளிப்பட்டது...

சட்டென அதே இடத்தில் உட்காந்தான் கண்ணன்.

அப்பொழுது ஒரு சிறு பையன் அந்த தோட்டத்திற்கு வந்தான்.

"அண்ணா... அண்ணா..." என்று அந்த பையன் தோட்டத்தின் வெளியில் நின்று கூப்பிட்டான்.

கண்ணனும் எழுந்து வெளியில் வந்து நின்று பார்த்தான்.

"அண்ணா... அந்த ரோஜா பூங்கொத்து வேணும்..." என்று கேட்டான்.

கண்ணனும் அந்த ரோஜா பூங்கொத்தை எடுத்து கொடுக்க,

அதை வாங்கிய சிறுவன், பூங்கொத்தை கையில் பிடித்தவாறு நின்று கொண்டிருந்தான்....

அதை கண்ட கண்ணன், "என்ன தம்பி..?" என்று கேட்க.,

சட்டென அந்த பையன், தன்னிடம் இருந்த ஒரு கடிதத்தை அந்த பூங்கொத்துக்குள் வைத்து... மீண்டும் அந்த

பூங்கொத்தை கண்ணனிடமே கொடுத்துவிட்டு, அங்கிருந்து ஓடிச்சென்றான்.

"டேய்... தம்பி நில்லுடா... பூங்கொத்து வேண்டாமா..." என்று கண்ணன் கத்த கத்த, அந்த சிறுவன் காதில் கேளாமல் வேகமாக ஓடிச்சென்று மாயமாய் மறைந்தான்.

தன் கையில் இருந்த பூங்கொத்தை பார்த்த கண்ணன், அதிலிருந்த கடிதத்தையும் பார்த்தான்.

அதை எடுத்து படித்தான் கண்ணன்.

"நான் ஹேமா...

உனக்கு சற்று முன் ஃபோன் செய்தது நான் தான்...

எனக்கு உன்னிடம் பேச விருப்பம், ஆனால் ஏதோ ஒரு தயக்கம் என்னை தடுக்கிறது...

எனக்கு உறவினர்கள் என்று யாருமில்லை, தனிமையில் ஆசிரமத்தில் தான் வளர்ந்தேன்...

பொதுவாக நான் பசங்ககிட்ட அதிகம் பேசியதில்லை, நீ என்னிடம் வந்து பேசும்போது அதே தயக்கம் எனக்கும் ஏற்பட்டது, பேச வார்த்தைகள் வரவில்லை...

அன்று நீ வந்து, உன் மனதில் உள்ள விஷயத்தை சொல்லிவிட்டு சட்டென சென்றாய்... ஆனால் அன்று நான் பதில் கூறாமல் இருந்ததற்கு, என் தயக்கம் தான் காரணமாக இருந்தது...

அதனால் தான் இன்று உன்னிடம் ஃபோனில் பேச நினைத்தேன், ஆனால் உன் குரலை கேட்ட அடுத்த நொடி... எனக்கு வார்த்தைகள் வரவில்லை....

அதற்காகத்தான் இந்த கடிதம்..,

என் வாழ்நாளில் இனி வரும் காலங்கள் உன்னுடன் சேர்ந்து வாழ நினைக்கிறேன்...

உனக்கு சம்மதம் என்றால், இதே பூங்கொத்துடன் நேரில் வந்து என்னை பார்..." என்று முகவரியுடன் குறிப்பிட்டிருந்தது.

இதை படித்ததும் கண்ணனுக்கு ஆனந்தம் தாங்கமுடியவில்லை...

கால்கள் விண்ணுக்கும் மண்ணுக்கும் சென்றது....

துள்ளி குதித்துக்கொண்டு ஹேமா கூறிய இடத்திற்கு அதே பூங்கொத்துடன் விரைந்து சென்றான்.

ஹேமா, கண்ணனின் வருகையை எண்ணி காத்திருந்தாள்.

கண்ணன், ஹேமாவை பார்த்ததும் தன் கண்களால் காதலை தெரிவித்தான்.

அதே காதல் ஹேமாவின் கண்களில் இருப்பதையும் உணர்ந்தான் கண்ணன்.

மெல்ல அருகில் சென்ற கண்ணன், தான் கொண்டுவந்த பூங்கொத்தை ஹேமாவிடம் கொடுத்தான்.

ஹேமா அந்த பூங்கொத்தை அன்போடு பெற்றுக்கொண்டாள்.

அன்று முதல் இவர்களுக்கிடையே கொஞ்சம் கொஞ்சமாக காதல் மலர ஆரம்பித்தது. ஒருவரை பற்றி ஒருவர் நன்றாக புரிந்துகொண்டனர்.

ஒரு முறை கண்ணன், ஹேமாவை இயற்கை சூழல் மிகுந்த ஒரு மலையின் உச்சிக்கு அழைத்து சென்றான்.

அங்கிருந்து பார்க்க,

கண்ணுக்கெட்டும் தூரம் வரை... பச்சை பசேலென, பச்சை நிற கம்பளியை போற்றியது போல் இயற்கை சூழ்ந்து இருந்தது...

தென்றல் காற்று மனம் வீசியது...

இதனை கண்ட ஹேமா, மகிழ்ச்சியின் உச்சகட்டத்திற்கு சென்றாள்.

கண்ணன், ஹேமா இருவரும் அன்பினை பரிமார்க்கொண்டனர்.

அதே மலை உச்சியில் இருந்த சிறு பாறையின் மீது இருவரும் தோல் மீது தோல் சாய்ந்து அமர்ந்திருந்தனர்.

"கண்ணா.. இதுவரை என் வாழ்நாளில் இவ்வளவு சந்தோசமாக நான் இருந்ததில்லை... இந்த மகிழ்ச்சியான தருணத்தில் உன்னிடம் நான் ஒன்று சொல்லனும்..." என்றாள் ஹேமா.

"என்ன..?" என்று கண்ணன் கேட்க,

"ஒரு நாலு வருஷத்துக்கு முன்னாடி, நான் ஒரு மருத்துவமனையில் இருந்து கண் விழித்தேன்... அந்த நிமிஷம், அந்த நொடி இந்த வாழ்க்கை எனக்கு ஒரு நரகமாக தெரிந்தது... நான் யாரென்று எனக்கே தெரியவில்லை... என் பெயர் என்ன, ஊர் என்ன, எனக்கு என்ன நேர்ந்தது, எதுவுமே எனக்கு தெரியல... அந்த கணமே நான் செத்திடனும் என்று நினைத்தேன்....

எனக்கு ஒரு விபத்து நடந்துவிட்டது, அதில் பழைய ஞாபகம் எல்லாம் மறந்துவிட்டது என்று அங்கிருந்த டாக்டர் கூறினார். அப்போ ஒரு அம்மா, என் பக்கத்தில் வந்து, என் கையை பிடித்தார்...

பதட்டபடாத கண்ணா... இனி உன் வாழ்க்கை நிம்மதியாக இருக்கும்..., இது உனக்கு கிடைத்த மறுபிறவி என்று நினைத்துக்கொள்... என்னை உன் அம்மாவாக நினைத்துக்கொள்... இனிமேல் நீ என் மகள் ஹேமா.. என்று கூறி இந்த புதிய வாழ்க்கையில் அறிமுகம் செய்தார்.

பிறகு அவர்களுடைய ஆசிரமத்திற்கு அழைத்து சென்றார்கள்..

அங்கேயே தங்கி என் புதிய வாழ்க்கை பயணத்தை தொடர்ந்தேன்.

என்னை போன்று ஆதரவற்ற பெண்கள் அங்கு இருந்தார்கள்...

அவர்களோடு சேர்ந்து என் வாழ்க்கை பயணத்தை தொடர்ந்தேன்.

கொஞ்சம் கொஞ்சமாக இது தான் உலகம், இது வாழ்க்கை என்று ஒப்புக்கொண்டு என் மனம் சென்ற பாதையில் சென்றேன்.

திடீரென்று ஒரு நாள் அம்மா இறந்து போயிட்டாங்க,

ஆசிரமம் அரசாங்கத்தின் உரிமையின் கீழ் வந்துருச்சு..

எனக்கென்று ஆதரவான அந்த ஒரு உறவும் சென்றுவிட்டது.

தனிமையை உணர்ந்தேன், மெல்ல தனிமையை விரும்பினேன்...

அப்படித்தான் என் வாழ்க்கை சென்றுகொண்டிருந்தது...

அதன் பிறகு என் வாழ்க்கையில் நீ வந்தாய்.

எனக்கு ஆதரவு காட்ட, இன்னொரு உயிர் இந்த உலகத்தில் இருக்கின்றது என்று நான் உணர்ந்தேன்...

நான் நினைத்தது போல் இழந்த சந்தோசம் மீண்டும் எனக்கு கொஞ்சம் கொஞ்சமாக கிடைக்க ஆரம்பித்தது...

நான் இதுவரை வாழ்ந்த தனிமை மட்டுமே இனிமையயல்ல, உறவுகள் தான் இனிமையானது என்று வாழ்க்கையின் இன்னொரு அங்கத்தை எனக்கு உணர்த்தியிருக்கிறாய்...

இதே உணர்வுகளோடு, இதே ஆனந்தத்தோடு, இதே காதலோடு என் வாழ்க்கையை உன்னுடன் வாழ வேண்டும்.... எனக்கு இறுதிவரை பழைய ஞாபகங்கள் எதுவும் வரக்கூடாது... கடைசிவரை இப்படியே உன்னுடன் வாழணும்... என்னை விட்டுவிட்டு எங்கேயும் போயிறமாட்டல..." என்று கலங்கிய கண்களோடு தன் வாழ்வில் நடந்த நிகழ்வுகளை காதலோடு கூறினாள் ஹேமா.

இதை கேட்ட கண்ணன், கண்ணீரோடு தன் காதலியை இருக்கி அணைத்துக்கொண்டு...

"என் வாழ்க்கையில் கிடைத்த பொக்கிஷம் நீ... இந்த உலகத்தில் காற்றில்லாமல் சுவாசிக்க முடியாது... எனக்கு நீ இல்லாமல் வாழ்வே கிடையாது... நீ இருக்கும் வரை நானும் இருப்பேன், நீ இருக்கும் இடத்தில் தான் நானும் இருப்பேன்..." என்றான் கண்ணன்.

கண்ணன், ஹேமா இருவரும் ஒருவருக்கொருவர் தங்கள் மீது கொண்டுள்ள அன்பின் வெளிப்பாட்டை வார்த்தைகளின்றி பரிமாறிக்கொண்டனர்.

இப்படியே ஒரு வருட காலம் சென்றது.

ஒருநாள் இருவரும் சாலையில் ஒரு இருசக்கர வாகனத்தில் சென்று கொண்டு இருந்தனர். அப்போது திடீரென எதிர்பாராத நேரத்தில், சாலையை கடக்க முயன்ற ஒரு பெரியவர் மீது மோதினார்கள்.

விபத்து நேர்ந்ததில் அந்த பெரியவருக்கு தலையில் சற்று பலத்த காயம் ஏற்பட்டது.

கண்ணன், ஹேமா இருவருக்கும் சிறிய காயங்கள் மட்டுமே ஏற்பட்டு இருக்க...

தலையில் அடிபட்டு கிடந்த பெரியவரை நோக்கி இருவரும் சென்றனர்.

"கண்ணா...! இவருக்கு தலையில் பெரிய காயம் ஏற்பட்டிருக்கு... சீக்கிரம் மருத்துவமனைக்கு கூட்டிசெல்லனும்..." என்றாள் ஹேமா.

உடனே கண்ணனும் பதறி அடித்துக்கொண்டு அங்குள்ள ஒரு ஆட்டோவை கூட்டிவந்தான்.

ஹேமா, அந்த பெரியவரை ஆட்டோவில் ஏற்றிக்கொண்டு அருகில் இருந்த மருத்துவமனைக்கு கூட்டிச்சென்றாள்.

ஒருவழியாக ஹேமா, அந்த பெரியவரை ஒரு மருத்துவமனையில் சேர்த்தனர்.

கண்ணனும் அந்த மருத்துவமனைக்கு வந்து சேர்ந்தான்.

கொஞ்ச நேரத்தில் கண்ணனின் நண்பன் செல்வாவும் அந்த மருத்துவமனைக்கு வந்தான்.

பிறகு சிறிது நேரம் கழித்து, தீவிர சிகிச்சைக்கு பிறகு கண்விழித்த அந்த பெரியவர் எதிரே நின்ற கண்ணனை மெல்ல கண் திறந்து பார்த்தார்.

கண்ணனின் மங்கிய தோற்றம் சென்று, தெளிவான தோற்றம் தெரிந்தது.

பிறகு அருகில் இருந்த ஹேமாவை பார்த்தார் அந்த பெரியவர்.

ஹேமாவை பார்த்த அடுத்தகணம், அந்த பெரியவரின் முகமே மாறியது.

திடீரென அந்த பெரியவர் பதட்டமாக ஆரம்பித்தார்.

ஹேமாவை பார்த்து,

"மலர்விழி... மலர்விழி... " என்று கூப்பிட்டார் அந்த பெரியவர்.

ஹேமாவிற்கு என்ன நடக்கிறது என்று ஒன்றும் புரியவில்லை...

அவளுக்கு மட்டுமல்ல அங்கிருந்த கண்ணன், செல்வா இருவருக்கு சேர்த்தே அங்கு என்ன நடக்கிறது என்று புரியவில்லை.

சட்டென அந்த பெரியவரின் பதட்டம் அதிகமாக, உடல் கட்டுப்பாட்டை இழந்தது...

திடீரென அந்த பெரியவருக்கு வலிப்பு வர ஆரம்பித்தது.

அதை கண்ட ஹேமா, கண்ணன், செல்வா மூவரும் பயந்தனர்.

செல்வா ஓடிச்சென்று டாக்டரை கூட்டிவந்தான்.

பிறகு டாக்டர் வந்து பரிசோதிக்க, அதனை தொடர்ந்து அந்த பெரியவரின் உடல் நிலை சீரானது.

அங்கு நின்ற கண்ணன், டாக்டரை அழைத்து "டாக்டர்... அந்த பெரியவருக்கு தலையில் அடிபட்டதில், பழைய நினைவுகளை மறந்துவிட்டாரா... மனநிலை எல்லாம் சரியாக உள்ளதா..?" என்று கேட்டான்.

"மனநிலை எல்லாம் சரியாகத்தான்.... இவருக்கு அடிக்கடி வலிப்பு வருகிற பழக்கம் இருக்கு... மற்றபடி அவருக்கு எந்த பிரச்சினையும் இல்லை..." என்றார் டாக்டர்.

அதை கேட்ட கண்ணன் சற்று அமைதியுடன் யோசித்தபடி, அருகில் நின்ற ஹேமாவை பார்த்தான்.

அடுத்த நாள்,

அந்த பெரியவருக்கு உடல் நிலை எல்லாம் சரியானது....

அவரை சந்திக்க கண்ணன் மற்றும் ஹேமா இருவரும் சென்றனர்.

ஹேமா வெளியில் நின்று கொண்டு,

"நீ மட்டும் உள்ள போய் பார்த்துவிட்டு வா... நான் வரல, என்னை பார்த்தால் அவருக்கு திரும்ப வலிப்பு எதாவது வந்துரபோகுது..." என்று கண்ணனிடம் கூறினாள் ஹேமா.

அதன்படி கண்ணனும் உள்ளே சென்று அந்த பெரியவரை பார்த்தான்.

"உடம்புக்கு எப்படிங்க இருக்கு...?" என்று கேட்டான் கண்ணன்.

"ம்ம்... இப்போ பரவாயில்லை..., ரொம்ப நன்றி தம்பி..." என்றார் அந்த பெரியவர்.

"அய்யோ.. என்னங்க நன்றியெல்லாம் சொல்றீங்க.. தவறு எங்க மேல் தான் உள்ளது.., நாங்க தான் கவனிக்காம உங்க மேல பைக்ல மோதிட்டோம்.." என்றான் கண்ணன்.

"இருப்பினும் அப்படியே விட்டுட்டு போகாம, என்னை மருத்துவமனையில் சேர்த்து என் உயிரை காப்பாற்றியிருக்கீங்க..." என்றார் அந்த பெரியவர்.

அப்படியே பேச்சுவாக்கில்,

"நேற்று உங்களுடன் ஒரு பொண்ணு வந்திருந்தாங்களே... அவங்க எங்க..?" என்று கேட்டார் அந்த பெரியவர்.

"யாரு..? ஹேமாவை சொல்றீங்களா..?" என்று கண்ணன் கேட்க...

"அவள் பெயர் ஹேமா இல்ல... மலர்விழி.. என்னுடைய பொண்ணு மலர்விழி..." என்றார் அந்த பெரியவர்.

இதை கேட்டதும் கண்ணனுக்கு தூக்கிவாரிப்போட்டது....

இதை அறைக்கு வெளியில் நின்று கேட்டுக்கொண்டிருந்த ஹேமாவும் அதிர்ச்சிக்குள்ளானாள்.

சற்று அமைதியுடன் யோசித்த கண்ணன்,

"அவங்க சாயங்காலம் வருவாங்க... நீங்க படுத்து ஓய்வெடுங்க, சாயங்காலம் வர்றேன்... உங்க வீடு எங்க இருக்குனு சொன்னால், கூட்டிட்டு போய் விட்டுவிடுவேன்..." என்றான் கண்ணன்.

அதற்கு அந்த பெரியவர்,

"எனக்கு ஏது தம்பி வீடு... ரோட்டோரத்தில் தான் படுத்திருப்பேன்..., நான் செய்த பாவம், என் வாழ்க்கையின் அர்த்தத்தை

புரிய வைத்தது... என் மகளை தேடி தான் நான் இங்கு வந்தேன்.

எனக்கு தங்குவதற்கு வீடு தேவையில்லை... நான் இறப்பதற்குள் என் மகளை பார்த்து, நான் செய்த பாவத்திற்கு மன்னிப்பு கேட்டு... என் மகள் மலர்விழி என்னை ஆதரித்து, அவளுடைய மனதில் இடம் கொடுத்தால் போதும்..." என்று கண்ணீர் மல்க கூறினார் அந்த பெரியவர்.

அதை கேட்ட கண்ணனின் மனம் உருகியது... வெளியில் நின்று கேட்டுக்கொண்டிருந்த ஹேமாவும் வருத்தமுற்றாள்.

பிறகு கண்ணன், அந்த பெரியவருக்கு ஆறுதல் சொல்லிவிட்டு வெளியில் வந்தான்.

அறைக்கு வெளியில் நின்று கொண்டிருந்த ஹேமாவை பார்க்க, ஹேமா மனக்கலக்கத்துடன் கண்ணனை பார்த்தாள்.

ஒருவருக்கொருவர் பார்த்துக்கொண்டு இருவரும் மனதில் ஒரே விஷயத்தை நினைத்து உறுதி செய்துகொண்டனர்.

ஹேமா, அந்த பெரியவரை தன்னுடைய சொந்த தந்தையாகவே பாவித்து, தன்னுடன் இருக்க வேண்டும் என்று கண்ணன், ஹேமா இருவரும் ஒருமனதாக முடிவெடுத்தனர்.

பிறகு கண்ணன்,ஹேமா இருவரும் அந்த பெரியவரை, மருத்துவமனையில் இருந்து அழைத்துக்கொண்டு வீட்டுக்கு சென்றனர்.

ஒரு பக்கம் ஹேமா, அந்த பெரியவர் சேர்ந்து ஒரு குடும்பமாக... இன்னொரு பக்கம் கண்ணன் குடும்பம் என வாழ்க்கையை ஆனந்தமாய் தொடங்கினர்.

இப்படி நாட்கள் போய்க்கொண்டிருக்க, கண்ணன், ஹேமா இருவருக்கும் திருமணம் நிச்சயிக்கப்பட்டது.

இருவர் தரப்பிலும் சொந்தங்கள் பெரும்பாலும் இல்லை, ஆதலால் ஒரு நல்ல நாள் பார்த்து கோவிலில் திருமணத்தை வைத்து கொள்ளலாம் என்று முடிவெடுத்தனர்.

திருமணத்திற்கு ஒரு வாரம் இருக்கும் நிலையில்,

கண்ணன் முக்கிய வேலை காரணமாக வெளியூர் சென்றிருந்தான்.

செல்வா, பூக்கள் விற்பனையை பார்த்துகொண்டான்.

திருமணத்திற்கு புடவை எடுப்பதற்காக கண்ணன்னின் அம்மா, ஹேமா, ஹேமாவின் அப்பாவான அந்த பெரியவர் மூவரும் ஒரு காரில் சென்றனர்.

அப்போது யாரும் எதிர்பாராத வகையில் திடீரென இவர்கள் சென்ற கார், கட்டுப்பாட்டை இழந்து ஒரு மரத்தில் மோதி விபத்துக்குள்ளாகியது.

உடனே மூவரும் மருத்துவமனையில் அனுமதிக்கபட்டனர்.

கண்ணனும், செல்வாவும் விஷயம் அறிந்து பதறி அடித்துக்கொண்டு மருத்துவமனைக்கு வந்தனர்.

அம்மா மற்றும் ஹேமாவின் இருவரும் ஒரு பக்கம் சிகிச்சையில் இருக்க...

ஹேமா மட்டும் கண்விழிக்காமல், தீவிர சிகிச்சையில் இருந்தாள்.

பிறகு அங்கு வந்த டாக்டர், கண்ணனை தனியே அழைத்து சென்றார்.

"கண்ணன், விபத்துக்குள்ளான ஹேமா உங்களுக்கு என்ன வேணும்..?" என்று கேட்டார் டாக்டர்.

"நான் திருமணம் செய்துகொள்ள போகிற பொண்ணு டாக்டர்..." என்றான் கண்ணன்.

"அவங்கள எவ்வளவு நாட்களாக, உங்களுக்கு தெரியும்...?" என்று கேட்டார் டாக்டர்.

"ஒரு ஒன்றரை வருஷமாக தெரியும் டாக்டர்..." என்றான் கண்ணன்.

"ஹேமாவிற்கு இதுக்கு முன்னாடி எதுவும் விபத்து நேர்ந்திருக்கா..?" என்று கேட்டார் டாக்டர்.

"ஒரு நாலு வருஷத்துக்கு முன்னாடி, ஹேமா கண்முழிக்கும் போது ஒரு மருத்துவமனையில் இருந்ததாக என்னிடம் சொல்லியிருக்கா... அதுக்கு முன்னாடி நடந்த எந்த நிகழ்வுகளும் தனக்கு ஞாபகம் இல்லைனு, தான் யாருங்கறது கூட தனக்கு தெரியாது என்பதையும் என்னிடம் சொல்லியிருக்கா.." என்றான் கண்ணன்.

"ஆமாம்.. அவங்களுக்கு முன்னாடியே ஒரு விபத்துல தலையில் பயங்கரமாக அடிபட்டு கோமா நிலைக்கு போயிருக்காங்க... அதில் ஹேமா தன்னுடைய பழைய நினைவுகள் எல்லாம் மறந்துட்டாங்க...

அதுக்கப்புறம் இந்த நாலு வருஷத்துல அவங்க வாழ்ந்த இந்த நிகழ்வுகள் மட்டும் தான் ஹேமாவுடைய நினைவுகளில் இருந்தது..." என்றார் டாக்டர்.

இதை பதட்டத்தோடு கேட்ட கண்ணன்,

"ஹேமாவுக்கு என்ன ஆச்சு டாக்டர்..?" என்று கேட்டான்.

"இப்போ நடந்த விபத்துல, ஹேமாவுக்கு முன்னர் தலையில் காயப்பட்ட அதே இடத்தில் தான் மீண்டும் அடிபட்டிருக்கு... இம்முறை கொஞ்சம் பலமாகவே அடிபட்டிருக்கு..." என்றார் டாக்டர்.

கண்ணன் அதிர்ச்சியோடு கேட்டுக்கொண்டிருக்க...

"அப்படி ஏற்பட்ட காயத்தால் மூளையில் இரத்தக்கட்டு ஏற்பட்டிருக்கு... உடனடியாக ஆபரேஷன் பண்ணனும்..." என்றார் டாக்டர்.

அதை கேட்டு அதிர்ந்து போன கண்ணன், "டாக்டர்... இவ்வளவு செலவானாலும் பரவாயில்லை... எப்படியாவது ஹேமாவின் உயிரை காப்பாற்றுங்கள்.." என்றான் கண்ணன்.

"அதுல ஒரு சிக்கல் இருக்கு... அப்படி ஆபரேஷன் நடந்தால், ஹேமா தற்போது கொண்டுள்ள நினைவுகள் எல்லாம் அழிந்துவிடும்.. நீங்கள் கூறிய, நான்கு வருடத்திற்கு முன்னால் இருந்த நினைவுகள் மட்டுமே அவளுக்கு இருக்கும்... உங்களை பற்றிய நினைவுகள் கொஞ்சம் கூட ஹேமாவிற்கு இருக்காது..." என்றார் டாக்டர்.

இதை கேட்ட கண்ணன், இடிந்து போய் அப்படியே உட்கார்ந்தான்.

"கண்ணன், முதன் முதலில் ஹேமாவை சந்தித்த நிகழ்வுகள்,அவளிடம் தன் காதலை சொல்லிய நினைவுகள், அவளுடன் ஒன்றாக சேர்ந்து வாழ்ந்த நினைவுகள், மலையின் உச்சியில் ஹேமா பேசிய வார்த்தைகள்" எல்லாம் நினைவலைகளாக கண்ணனின் முன் தோன்றியது.

கண்ணனின் கண்களில் நீர் பெருக்கெடுத்தது...

கண்களை துடைத்துக்கொண்ட கண்ணன், எழுந்து நின்று "டாக்டர்... ஆபரேஷனுக்கு தேவையான எல்லா வேலைகளையும் உடனே ஆரம்பிங்க..." என்று சொல்லிவிட்டு அறையில் இருந்து வெளியே சென்றான்.

அறைக்கு வெளியே செல்வா நின்றுகொண்டிருந்தான்.

கண்ணன், செல்வாவை பார்த்து, "நீ இங்கேயே இருந்து இவர்களை பார்த்துக்கொள்..." என்று கூறிவிட்டு கண்ணீரோடு அங்கிருந்து கிளம்பினான்.

"எங்க போற கண்ணா..?" என்று செல்வா கேட்க,

"நான் கொஞ்சம் தனிமையில் இருக்க வேண்டும்..." என்று கூறிவிட்டு அங்கிருந்து சென்றான்.

பிறகு செல்வா மருத்துவமனையில் இருந்து பார்த்துக்கொண்டான்.

அன்றிரவு கண்ணன், டாக்டரிடம் கூறியது போல் ஹேமாவிற்கு ஆபரேஷன் நடந்தது...

டாக்டர், கண்ணனிடம் கூறியபடி நல்ல முறையில் ஆபரேஷனை செய்து முடித்தார்.

ஆபரேஷன் முடித்துவிட்டு வெளியே வந்த டாக்டர், அங்கிருந்த செல்வாவை பார்த்து "ஆபரேஷன் நல்லபடியாக முடிந்தது... ஹேமா உயிருக்கு எந்த ஆபத்தும் இல்லை... 12 மணிநேரம் அவங்க சற்று ஓய்வில் இருப்பாங்க... அதுக்கப்புறம் போய் பார்க்கலாம்..." என்றார் டாக்டர்.

அதை கேட்ட செல்வா, சற்று மகிழ்ச்சியுற்றான்.

உடனே ஃபோனை எடுத்து, கண்ணனுக்கு ஃபோன் விவரங்களை சொன்னான்.

அதை கேட்ட கண்ணன், பதில் எதுவும் கூறாமல் அமைதியுடன் ஃபோனை கட் செய்தான்.

இதை உணர்ந்த செல்வா, சற்று மன வருத்தம் கொண்டான்.

"இவனுக்கு என்ன ஆச்சு...? ஏன் இப்படி பண்றான்..." என்று எண்ணிக்கொண்டு மீண்டும் கண்ணனுக்கு ஃபோன் செய்தான் செல்வா.

ஆனால் கண்ணன் பதிலளிக்கவில்லை.

செல்வாவிற்கு ஒன்றும் புரியவில்லை...

"எப்படி பட்ட விஷயத்தை சொல்லிருக்கேன்... எதுவுமே பேசாம ஃபோனை கட் பண்றான்... ஏதோ ஒரு விஷயத்தை நம்மிடம் இருந்து மறைக்கிறான்..." என்று எண்ணிய செல்வா, எப்படியாவது கண்ணனை சந்தித்து பேச வேண்டும் என்று எண்ணினான்.

சிறிது நேரம் மருத்துவமனையிலேயே காத்திருந்த செல்வா, மீண்டும் மீண்டும் கண்ணனுக்கு ஃபோன் செய்தான்.

ஒரு கட்டத்தில் கண்ணன், தன் ஃபோனை சுவிட்ச் ஆப் செய்தான்.

பிறகு செல்வாவிற்கு முற்றிலும் கண்ணனை தொடர்புகொள்ள முடியவில்லை. செல்வா என்ன செய்வதென்று புரியாமல் நின்றான்.

இந்த பக்கம் கண்ணன், ஹேமாவுடன் முன்பு வந்த மலை உச்சி பகுதியில்... அந்த சிறு பாறையின் மீது அமர்ந்தபடி, "டாக்டர் கூறிய விஷயங்களை" எண்ணி மிகுந்த வருத்தத்தில் இருந்தான்.

இரவு நேரமும் ஆனது, கண்ணனிடம் இருந்து எந்த தகவலும் இல்லை.

மயக்கத்திலிருந்து கண்விழித்த கண்ணனின் அம்மா, அருகில் இருந்த செல்வாவை கையசைத்து கூப்பிட்டார்.

உடனே செல்வா, கண்ணனின் அம்மா அருகே சென்று "சொல்லுங்கம்மா..." என்று கேட்க,

மிகுந்த சோர்வுடன், "எல்லாரும் நல்லாயிருக்காங்களா...? ஹேமா எப்படி இருக்கா..?" என்று கேட்டார் கண்ணனின் அம்மா.

"இப்போ தான் ஆபரேஷன் நல்லபடியா முடிந்தது... சற்று ஓய்வெடுத்து கொண்டிருக்கிறாள்., இன்னும் கொஞ்ச நேரத்தில் கண் முழிச்சுறுவாள்னு டாக்டர் சொல்லிருக்காரு..." என்றான் செல்வா.

"கண்ணன் எங்க...?" என்று கேட்டார் கண்ணனின் அம்மா.

செல்வா சற்று தயங்கிவிட்டு "பக்கத்தில் தான் போயிருக்கான்... வந்துறுவான்.." என்றான் செல்வா.

"சரி.." என்று கண்ணனின் அம்மா கூற,

"நீங்க தூங்கி ஓய்வெடுங்க... டாக்டர் உங்களை நல்லா ஓய்வெடுக்க சொல்லிருக்காங்க.." என்று கூறிய செல்வா, கண்ணனின் அம்மாவை ஓய்வெடுக்க வைத்தான்.

கண்ணனின் அம்மா நன்கு தூங்கிய பின் செல்வா, கண்ணனை பற்றி யோசிக்க ஆரம்பித்தான்.

சரி, கண்ணன் எங்கிருக்கிறான் என்று தேடி பார்த்துவிட்டு வருவோம் என எண்ணி.. மருத்துவமனையில் இருந்து கிளம்பி சென்றான் செல்வா.

கொஞ்ச நேரத்தில் மயக்கத்தில் இருந்த ஹேமா கண்விழித்தாள்.

மங்கிய தோற்றத்துடன் ஏதோ ஒரு அறைக்குள் இருப்பது போல் உணர்ந்தாள் ஹேமா.

ஹேமா, தன் உடல் மிகுந்த சோர்வடைந்து இருந்தது போல் உணர்ந்தாள்.

சுற்றியிருந்த காட்சிகள் அனைத்தும் கொஞ்சம் கொஞ்சமாக தெளிவாக தெரிய ஆரம்பித்தது..

அப்போது அங்கு ஒரு செவிலியர் பெண் நின்றுகொண்டிருந்தாள்.

அவளை பார்த்த ஹேமா, வாய் சற்று பேசமுடியாமல் தன் கைகளை அசைத்து கூப்பிட்டாள்.

அதை கவனித்த செவிலியர் பெண்,

ஹேமா கண்விழித்திருந்ததை கண்டாள்.

"இந்த மயக்கத்தில் இருந்து எழுந்துவிட்டாள்.." என்று அறிந்த செவிலியர் பெண், ஹேமாவின் அருகே வந்தாள்.

அந்த செவிலியர் பெண்ணிடம், மெல்லிய குரலில் "நான் எப்படி இங்கு வந்தேன்...?, எனக்கு என்னவாயிற்று...?" என்று கேட்டாள் ஹேமா.

"உங்களுக்கு பெரிய கார் விபத்து ஏற்பட்டது, கூடவே உங்களுடைய அப்பாவும், இன்னொரு அம்மாவும் இருந்தார்கள்... அவர்களுக்கு காயங்கள் குறைவுதான், பக்கத்து அறையில் சிகிச்சை எடுத்துக்கொண்டு இருக்கிறார்கள்..." என்று அந்த செவிலியர் பெண் கூறினாள்.

ஹேமாவிற்கு ஒன்றும் புரியவில்லை....

விபத்து நடந்தது பற்றிய எந்த ஞாபகமும் இல்லை..

அதே சந்தேகத்துடன்,

"என்னுடைய அப்பாவிற்கும் விபத்து ஏற்பட்டுவிட்டதா..? அவர் இப்போ எங்கிருக்கிறார்...?" என்று கேட்டாள் ஹேமா.

"பக்கத்து அறையில் சிகிச்சையில் இருக்கிறார்..." என்று அந்த செவிலியர் பெண் கூறினாள்.

"நான் அவரை பார்க்க வேண்டும்..." என்றாள் ஹேமா.

"இப்போ நீங்க அங்கெல்லாம் போக முடியாது...உங்களுக்கு தலையில் ஆபரேஷன் நடந்திருக்கு... நீங்க சற்று ஓய்வெடுக்க வேண்டும்..." என்றாள் அந்த செவிலியர் பெண்.

ஹேமாவால் அக்கணம் எதுவும் செய்யமுடியவில்லை...

"தயவு செய்து என்னை, கொஞ்சம் வெளியில் விடுங்கள்... எனக்கு தலையே வெடுச்சுறும் போல இருக்கு..." என்று பதட்டத்துடன் கூறினாள் ஹேமா.

"டாக்டர்கிட்ட கேட்காம எதுவும் செய்யமுடியாது... காலைல டாக்டர் வந்துருவாரு, நீங்க கொஞ்சம் ஓய்வெடுங்க... எதுவாக இருந்தாலும் காலைல பேசிக்கலாம்.." என்றாள் அந்த செவிலியர் பெண்.

ஹேமா வேறுவழியில்லாமல் அன்றிரவை கழித்தாள்.

இந்த பக்கம் செல்வா, தன் பைக்கை எடுத்துக்கொண்டு கண்ணனை தேடிச்சென்றான்... அவன் செல்லும் வழியில் ஒரு கட்சி பொதுக்கூட்டம் நடந்துகொண்டிருந்தது.

செல்வா சென்ற நேரம், திடீரென்று அக்கட்சிக்கூட்டத்தில் பேசிய உறுப்பினர் ஒருவர், எதிர்கட்சியினரை அவதூராக பேச... அக்கூட்டத்தில் சிறு சலசலப்பு ஏற்பட்டு, அதனை தொடர்ந்து அந்த சலாலப்பு பெரிய கலவரமாக உருவெடுத்தது.

கட்சிக்காரர்களுக்கும், அங்கிருந்த காவலர்களுக்கும் இடையே மோதல்கள் ஏற்பட்டன.

அந்த கலவரத்தின் இடையே செல்வா, மாட்டிக்கொண்டான்.

கலவரத்தில் ஈடுபட்டுக்கொண்டிருந்த சிலர், செல்வாவின் பைக்கை நிறுத்தி.. பைக்கை அடித்து நொறுக்க ஆரம்பித்தனர். ஒருவன் செல்வாவை பிடித்து தள்ளிவிட்டான்.

கோபம் கொண்ட செல்வா, தன் கட்டுப்பாட்டை இழந்து... அவனும் அக்கலவரத்தில் ஈடுபட்டோரை அடிக்க ஆரம்பித்தான்.

திடீரென்று அவ்விடத்திற்கு போலீஸ் படையே வந்தது.

கட்சியாளர்கள், தொண்டர்கள் என அனைவரையும் கைது செய்தனர்.

அதில் செல்வாவும் மாட்டிக்கொண்டான்.

செல்வா, போலீசாரிடம் எவ்வளவோ சொல்லிபார்த்தும், ஒன்றும் நடக்கவில்லை...

செல்வாவும் கைது செய்யப்பட்டு, காவல் நிலையத்திற்கு அழைத்து செய்யப்பட்டான்.

ஒரு பக்கம் செல்வா இவ்வாறு மாட்டிக்கொள்ள, கண்ணன் என்ன ஆனான் என்று தெரியாமல் இருந்தது.

மறுநாள் மருத்துவமனையில் இருந்த

கண்ணனின் அம்மா, ஹேமா, மற்றும் ஹேமாவின் அப்பா மூவரும் நலமுடன் கண்விழித்தனர்.

மூவரும் தனி தனி அறையில் இருந்ததால், ஒரு அறையில் நடக்கும் விஷயம்.. பக்கத்து அறைக்கு தெரிய வாய்ப்பில்லை.

கண்ணனின் அம்மா மற்றும் ஹேமாவின் தந்தை இருவருக்கும் ஹேமா நலமுடன் இருக்கிறாள் என்ற செய்தி கிடைத்தது...

அதை கேட்டு மகிழ்ச்சியுற்றனர்.

கண்ணனின் அம்மாவிற்கு தன் மகன் கண்ணன் இன்னும் ஏன் வந்து நம்மை பார்க்காமல் இருக்கிறான் என்று எண்ணி,

அங்கிருந்த செவிலியர் பெண்ணை அழைத்து "கொஞ்சம் என் மகனுக்கு ஃபோன் செய்து தரமுடியுமா..?" என்று கேட்டார் கண்ணனின் அம்மா.

அந்த செவிலியர் பெண்ணும், ஃபோன் செய்து பார்த்தாள். ஃபோன் சுவிட்ச் ஆப் செய்யப்பட்டு இருந்தது.

பிறகு செல்வாவுடைய ஃபோன் நம்பரை கண்ணனின் அம்மா கொடுக்க...

அந்த ஃபோனும் சுவிட்ச் ஆப் என்று வந்தது.

அதை கேட்டு கண்ணனின் அம்மா மிகுந்த வருத்தமடைந்தார்.

"சரி... எதாவது முக்கிய வேலையாக இருக்கும்... மாலை வந்து கண்ணன் நம்மை பார்ப்பான்..." என்று எண்ணி, கண்ணனின் வருகையை எதிர்பார்த்து காத்திருந்தார் கண்ணனின் அம்மா.

பக்கத்து அறையில் இருந்த ஹேமா இன்னும் அதே குழப்பத்துடன் இருந்தாள்.

ஹேமாவிற்கு "நாம் எப்படி இங்கு வந்தோம், நமக்கு என்ன நடந்தது, நம்முடைய அப்பா என்று யாரை கூறுகிறார்கள்..." என்று எண்ணி பல மனக்குழப்பத்தில் இருந்தாள்.

அப்பொழுது அந்த அறைக்குள் செவிலியர் பெண் வந்தாள்.

"இப்பொழுதாவது என் அப்பாவை நான் பார்க்கலாமா...? எனக்கு உடல்நிலை நன்றாக இருக்கிறது..." என்றாள் ஹேமா.

அந்த செவிலியர் பெண்ணிற்கும், ஹேமா மீண்டும் மீண்டும் கேட்பதை எண்ணி சற்று பரிதாபம் கொண்டாள்.

பிறகு அந்த செவிலியர் பெண், ஹேமாவை கைத்தாங்களாக பிடித்து, பக்கத்து அறையில் இருந்த தந்தையை பார்க்க அழைத்துச்சென்றாள்.

பக்கத்து அறையில் ஓய்வெடுத்த நிலையில் இருந்த தன் அப்பாவை பார்த்த ஹேமாவிற்கு திடீரென கை, கால்கள் எல்லாம் நடுங்க ஆரம்பித்தது...

தன் அப்பா என்று கூறிய பெரியவரை பார்த்ததும், ஹேமாவிற்கு இதய துடிப்பு அதிகமானது... உடம்புகள் நடுங்கின,

"இல்லை.. இவர் என் அப்பா இல்லை..." என்று கூறி பதட்டமானாள் ஹேமா.

"மேடம், அதுக்கு தான் சொன்னேன், நீங்க கொஞ்சம் ஓய்வெடுக்க வேண்டும் என்று,... இப்போ பாருங்க...." என்று கூறி

ஹேமாவை கைத்தாங்கலாக பிடித்து அழைத்து சென்று கட்டிலில் படுக்கவைத்தாள் அந்த செவிலியர் பெண்.

"அவர் என் அப்பா இல்லை.. அவர் என் அப்பா இல்லை .." என்று கூறியவாறே இருந்தாள் ஹேமா.

ஹேமாவை கட்டிலில் படுக்க வைத்துவிட்டு வெளியே வந்த செவிலியர் பெண், ஃபோனை எடுத்து டாக்டருக்கு ஃபோன் செய்தாள்.

ஹேமா நடந்துகொண்ட விதம், கண்ணன் மற்றும் செல்வா இதுவரை இவர்களை வந்து பார்க்கவில்லை என்ற விவரம் என அனைத்தையும் கூறினாள் செவிலியர் பெண்.

உடனே டாக்டர் புறப்பட்டு அங்கு வருவதாக சொல்லி, ஃபோனை கட் செய்தார்.

ஹேமா இருக்கும் அறைக்குள் வந்த செவிலியர் பெண், அங்கிருந்த ஒரு குறிப்பேடை எடுத்து "இங்க பாருங்க ஹேமா மேடம்... அவரு தான் உங்க அப்பா குமரேசன்... இந்த குறிப்பேட்டில் அப்படித்தான் போட்டிருக்கு.. உங்களுக்கு தலையில் காயம் ஏற்பட்டால், கொஞ்சம் ஞாபக மறதியாக இருக்கும்... நல்லா தூங்கி ஓய்வெடுங்க.." என்றாள் செவிலியர் பெண்.

அதை கேட்ட ஹேமா, சற்று வியந்து போனாள்.

வியப்புடன் இருந்த ஹேமாவை பார்த்த செவிலியர் பெண், "என்ன மேடம்..?" என்று கேட்க...

"இப்போ நீங்க என்னை எப்படி கூப்பிட்டீங்க..?" என்று கேட்டாள் ஹேமா.

"ஹேமா மேடம்... என்றேன்" என்றாள் செவிலியர் பெண்.

"என் பெயர் ஹேமா இல்ல... என்னுடைய பெயர் மலர்விழி..." என்றாள் ஹேமா.

அதை கேட்டதும் செவிலியர் பெண்ணுக்கு பயங்கர ஆச்சர்யம்.

சந்தேகத்தின் உச்சிக்கு சென்ற செவிலியர் பெண், "ஏதோ இவங்களுக்கு நடந்திருக்கு... இனிமேல் நாம் எதுவும் பேச வேண்டாம்" என்று எண்ணி, சற்று சுதாரித்த அந்த செவிலியர் பெண்..

"அது.... நான்... ஒன்னுமிலல... நீங்க படுத்து தூங்குங்க..." என்று சொல்லிவிட்டு அங்கிருந்து சென்றாள்.

கொஞ்ச நேரத்தில் அங்கு டாக்டர் வந்தார்.

நடந்த விஷயங்கள், மேலும் தற்போது ஹேமா தன்னுடைய பெயர் மலர்விழி என்று கூறியதும் டாக்டரின் செவிக்கு வந்தது.

அதை கேட்ட டாக்டருக்கு, கண்ணன் கூறிய விஷயங்கள் ஞாபகம் வந்தது.

"அந்த பெண்ணிற்கு பழைய நினைவுகள் எல்லாம் திரும்பிவிட்டது... கடந்த நான்கு வருடத்தில் நடந்த நிகழ்வுகள் எதுவும் ஹேமா என்ற மலர்விழிக்கு ஞாபகம் இருக்காது..." என்று எண்ணிய டாக்டர்,

அந்த செவிலியர் பெண்ணை அழைத்து "கண்ணன் என்னுடைய நண்பன் தான்...நான் தேடிப்பார்க்கிறேன். இன்று இரவு மட்டும் இவர்கள் இங்கேயே இருக்கட்டும், அப்படி கண்ணன் வரவில்லை என்றால் போலீஸ்க்கு தகவல் கொடுத்துருவோம்... அதுவரை அவர்களிடம் நீ எதுவும் பேசவேண்டாம்..." என்றார் டாக்டர்.

அதன்படி செவிலியர் பெண்ணும் கேட்டுக்கொண்டாள்.

டாக்டர் கண்ணனை தேடி சென்றார்.

இரவு நேரமும் ஆனது,

அங்கிருந்த செவிலியர் பெண் அமர்ந்தவாறு தூக்கத்தில் ஆழ்ந்தாள்.

அந்நேரம் கண்விழித்த மலர்விழி, மெல்ல சத்தமில்லாமல் எழுந்தாள்.

மெல்ல கட்டிலில் இருந்து இறங்கி, சத்தமில்லாமல் அங்கிருந்த தன் உடைமைகளை எடுத்துக்கொண்டு அறையைவிட்டு வெளியேறினாள்.

அங்கிருந்து செல்லும் முன், ஒரு கணம் திரும்பி பக்கத்து அறையில் உறங்கிக்கொண்டிருந்த தன் அப்பாவை கோபத்துடன் பார்த்துவிட்டு அங்கிருந்து சென்றாள்.

விடியர்காலை சட்டென தூக்கத்தில் இருந்து எழுந்த செவிலியர் பெண், ஒவ்வொரு அறையாக சென்று அங்கிருப்பவர்களை பார்த்து, இரத்த அழுத்தத்தை கணக்கெடுத்து சென்றாள்.

அப்படி ஒவ்வொரு அறையாக சென்று பார்க்கையில், ஹேமா அறையில் காணவில்லை.

பதறியடித்துக்கொண்டு அங்கும் இங்கும் தேடிப்பார்த்தாள் அந்த செவிலியர் பெண்.

எங்கு தேடியும் கிடைக்கவில்லை.

உடனே தகவலை டாக்டருக்கு தெரியப்படுத்தினாள்.

டாக்டரும் பதறிக்கொண்டு கண்ணனுக்கு ஃபோன் செய்தார். ஃபோன் சுவிட்ச் ஆப் என்று வந்தது.

பிறகு டாக்டர் பதட்டத்தோடு கிளம்பி மருத்துவமனைக்கு வந்தார்.

இந்த பக்கம் கண்ணன், அந்த மலை உச்சியிலேயே இரண்டு நாள் உணவில்லாமல், ஹேமாவின் நினைவுகளோடே இருந்தான்.

பிறகு தன் ஃபோனை எடுத்து சுவிட்ச் ஆன் செய்தான்.

அடுத்த நொடி, நிறைய ஃபோன் கால், மெசேஜ் என வந்திருந்தது.

அதில் இறுதியாக வந்த டாக்டர் ஃபோன் செய்திருந்ததை கண்டான்.

உடனே டாக்டருக்கு கண்ணன் ஃபோன் செய்தான்.

அந்த எடுத்து பேசிய டாக்டர், நடந்த விஷயங்களை சொன்னார்.

இதை கேட்ட கண்ணன் பதறிபோனான்.

உடனே வேகமாக கிளம்பி மருத்துவமனைக்கு சென்று பார்த்தான்

அங்கு ஹேமா இல்லை.

நடந்த விஷயங்கள் அனைத்தும் கேள்விப்பட்ட கண்ணன், சோர்வடைந்து உட்கார்ந்தான்.

அதே நேரம் செல்வாவும், போலீஸிடம் இருந்து விடுபட்டு மருத்துவமனைக்கு ஓடி வந்தான்.

பிறகு செல்வாவிற்கு நடந்த நிகழ்வுகளும் கண்ணனுக்கு தெரியவர, மீண்டும் வருத்தத்திற்குள்ளானான் கண்ணன்.

"என்ன மன்னிச்சிடு கண்ணா... நான் இங்கிருந்திருந்தாள், இவையெல்லாம் நடந்திருக்காது..." என்றான் செல்வா.

"இல்ல செல்வா... எல்லாவற்றிற்கும் நான் தான் காரணம்... நான் ஏன் ஹேமாவை சந்திக்கனும், அவளுக்கு ஆபத்து நேர்ந்தும் உடன் இல்லாமல் எதற்கு தனிமையை தேடி போக வேண்டும்... இவையெல்லாம் ஏன் எனக்கு நடக்கவேண்டும்..." என்று கூறி கண்கலங்கி நின்றான் கண்ணன்.

பிறகு கொஞ்ச நாட்கள் கழித்து,

அம்மா மற்றும் மலர்விழியின் அப்பா இருவரும் குணமடைந்து வீடு திரும்பினர்.

செல்வா, வேலை காரணமாக மும்பை சென்றான்.

கண்ணன் தன் பூந்தோட்டத்தை பார்த்துக்கொண்டான்.

கண்ணனின் அம்மா, அவனுக்கு ஆறுதலாக இருந்தார்.

மலர்விழியின் அப்பா, கண்ணனின் குடும்பத்திற்கு பாரமாக இருக்க வேண்டாம் என்று எண்ணி.. அவரும் கிளம்பி சென்றார்.

இப்படியே மூன்று மாத காலம் சென்றது.

ஒரு நாள் தோட்டத்தில் கண்ணன், மலர்களின் அழகை ரசித்துக்கொண்டிருக்க...

தூரத்தில் யாரோ நடந்து வருவது போல் தெரிந்தது.

கண்ணன், அது யார் என்று கண்களை குறுக்கிக்கொண்டு பார்த்தான்.

அது மலர்விழியின் அப்பா என்று அறிந்தான்.

அவரை கண்ட கண்ணனுக்கு சற்று மகிழ்ச்சி.

அதே போல் மலர்விழியின் அப்பாவும் மிகுந்த ஆனந்தத்தில் இருந்தார்.

கண்ணன், அவரை வீட்டிற்குள் அழைத்து சென்றான்.

கண்ணன், கண்ணனின் அம்மா மற்றும் மலர்விழியின் அப்பா மூவரும் ஒன்றாக அமர்ந்திருக்க,

"என்னுடைய மகள் மலர்விழி எங்க இருக்கான்னு கண்டு பிடிச்சிட்டேன்..." என்றார் மலர்விழியின் அப்பா.

அதை கேட்டதும் கண்ணனின் முகம் மாறியது.

"என் மகள் மலர்விழிக்கு உங்களை விட்டால் வேறு யார் வாழ்க்கை கொடுக்க முடியும், தயவுசெய்து வாருங்கள்.. நான் அவளுக்கு செய்த கொடுமைகளுக்கு பதிலாக, ஒரு நல்ல

விஷயம் செய்ய ஆசைப்படுகிறேன்... நான் இறப்பதற்குள்..." என்று கூறினார் மலர்விழியின் தந்தை.

அதை கண்ணும், கண்ணனின் அம்மாவும் வர ஒப்புக்கொண்டோம்....

பிறகு தான் நாங்கள் அனைவரும் இங்கு வந்தோம்.. உனக்காக...."" என்று கூறி முடித்தார் கண்ணனின் அம்மா.

இந்த விஷயங்கள் எல்லாம் கேட்ட மலர்விழிக்கு தலை சுற்றியது. மலர்விழியின் கண்கள் பத்மாவின் பக்கம் செல்ல "அவர்கள் கூறுவது உண்மை.." என தலை அசைத்தாள் பத்மா.

"அனைவரும் என்னை மன்னித்து விடுங்கள்... நான் வாழ்கின்ற இந்த வாழ்க்கையை புதுப்பித்து தந்தவர்கள் நீங்கள்... என்னை மன்னித்துவிடுங்கள்..." என்று கண்ணீர் மல்க கேட்டுக்கொண்டாள் மலர்விழி.

கண்ணன், மலர்விழி அருகே வந்து கண்களை துடைத்து.. "முதலில் நீ நன்றி கூற வேண்டியது உன் தந்தைக்கு..." என்று கூறினான்.

மலர்விழி, தன் தந்தையை பார்க்க,

இரு கைகளை ஏந்தி "உன் அம்மாவுக்கு செய்த துரோகத்தை சரிசெய்ய எனக்கு ஒரு வாய்ப்பு கொடு மலர்விழி..." என்று கண்ணீர் மல்க நின்றார் மலர்விழியின் தந்தை.

மலர்விழி கண்ணீரோடு ஓடி சென்று தந்தையை கட்டி அணைத்துக்கொண்டாள்.

மலர்விழியின் தந்தை, மலர்விழியை பார்த்து "என் மகள் எனக்கு திரும்ப கிடைத்துவிட்டாள்.." என்றார்.

பிறகு சந்தோசம் மிக்க அனைவரும் ஒன்று சேர்ந்து ஆனந்தத்தில் மிதந்தனர்.

சிறிது நாட்கள் கழித்து கண்ணன், மலர்விழி இருவருக்கும் திருமண நிகழ்வும் நடந்தது.

நன்றி

வாசகர்களே..!

இந்த கதையின் அனுபவங்கள் உங்களுக்கு பிடித்திருந்தால்...

உங்கள் உறவினர்கள், நண்பர்களுக்கு பரிந்துரை செய்யுங்கள்...

மேலும் இதே போன்று சுவாரஸ்யம் மிகுந்த கதைகளை கைபேசியின் மூலம் வாசிக்க,

https://tamil.pratilipi.com/user/lr947927ox?utm_source=android&utm_campaign=myprofile_share

என்ற தளத்தின் வழியே பிரிதிபிலி செயலியை டவுன்லோட் செய்து பார்த்து மகிழுங்கள்.